பறக்கும் முத்த ஸ்மைலிகள்

பறக்கும் முத்த ஸ்மைலிகள்

ஜி. கார்ல் மார்க்ஸ்

எதிர் வெளியீடு

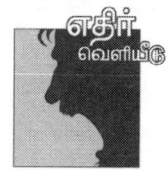

பறக்கும் முத்த ஸ்மைலிகள்
சிறுகதைகள்
ஜி. கார்ல் மார்க்ஸ்

முதல் பதிப்பு: ஜனவரி 2025

எதிர் வெளியீடு,
96, நியூ ஸ்கீம் ரோடு, பொள்ளாச்சி - 642 002
தொலைபேசி: 04259 - 226012, 99425 11302

விலை: ரூ. 220

Parakkum mutta smailikal
Short Stories
G. Karl Max

Copyright © G. Karl Max
First Edition: January 2025

Published by
Ethir Veliyeedu, 96, New Scheme Road, Pollachi - 2
email: ethirveliyedu@gmail.com
www.ethirveliyeedu.com

ISBN: 978-93-48598-52-3
Cover Design: Santhosh Narayanan
Printed at Jothy Enterprises, Chennai.

All rights reserved. No part of this book may be reprinted or reproduced or utilised in any form or by any electronic, mechanical or other means, now known or hereafter invented, including Photocopying and recording, or in any information storage or retrieval system, without permission in writing from the Publisher.

ஜி. கார்ல் மார்க்ஸ்

கும்பகோணத்தை அடுத்த கீழப்பிள்ளையாம்பேட்டையைச் சேர்ந்தவர். மெக்கானிக்கல் எஞ்சினியரான இவர் சர்வதேசக் கட்டுமான நிறுவனமொன்றில் மேலாளராகப் பணிபுரிகிறார். ஆனந்த விகடன், உயிர்மை, புதிய தலைமுறை உள்ளிட்ட பல வார, மாத இதழ்களில் கட்டுரைகள், சிறுகதைகள் எனத் தொடர்ந்து எழுதிவரும் இவரின் மூன்றாவது சிறுகதைத் தொகுப்பு இது.

இதுவரை வெளியாகியுள்ள படைப்புகள்:

நாவல்
    தீம்புனல்

சிறுகதைகள்
    வருவதற்கு முன்பிருந்த வெயில்
    ராக்கெட் தாதா

கட்டுரைகள்
    சாத்தானை முத்தமிடும் கடவுள்
    360°
    விலகி நடக்கும் சொற்கள்

சமர்ப்பணம்

என் ஆசான்களில் ஒருவரான மதிப்பிற்குரிய
அ. மார்க்ஸ்
அவர்களுக்கு

என்னுரை

2020 ஜனவரியில் தீம்புனல் நாவலை வெளியிட்டோம். அடுத்த இரண்டு மாதங்களில் கொரோனா அதன் உச்சத்தை எட்டியது. கொரோனா காலத்தின் போது கதைகளிலிருந்து நான் முழுக்கவும் வெளியேறியிருந்தேன். ஆனால் நிறைய வாசித்தேன். புனைவுகள் பக்கம்தான் வரவில்லையே தவிர நிறையக் கட்டுரைகள் எழுதினேன். அந்த ஆண்டில் எனக்கு நீண்ட நாட்கள் விடுமுறை கிடைத்தது. தொடர்ந்து ஆறுமாதங்கள் நான் வீட்டில் இருந்தது அப்போதுதான். பெரும்பாலும் வெளியூர் அல்லது வெளிநாடு என்பதாகவே பணிச் சூழல் இருப்பதால் வீட்டில் நீண்ட நாட்கள் இருப்பது அரிது. அதனால், ஓய்வெடுப்பது, வெறுமனே சுற்றிக்கொண்டிருப்பது என்பதாகவே அந்த விடுமுறை நாட்களை அமைத்துக்கொண்டேன். எனது சோம்பேறித்தனம் குறித்து எனக்குப் பெருமிதம் இல்லையென்றாலும், நான் அப்படி ஒருவன் என்கிற புரிதல் எனக்குண்டு. மேலும் தீம்புனல் வெளியாகிச் சில மாதங்களே ஆகியிருந்தன என்பதால் எனது சோம்பேறித்தனத்துக்கு நியாயம் கற்பித்துக்கொண்டேன். அந்நாவல் அப்படி ஒரு உழைப்பைக் கோரியிருந்தது. அதனால் எதுவும் எழுதாமல் என் போக்கில் சுற்றிக்கொண்டிருந்தேன்.

விடுமுறைக்கு வரும்போதெல்லாம் மனுஷ்ய புத்திரன், அ. மார்க்ஸ் ஆகியோரைப் பார்ப்பேன். அவர்கள் அந்தச் சமயத்தில் என்ன எழுதிக்கொண்டிருக்கிறார்கள் என்று உரையாடுவது வழக்கம். புத்தகம் வந்து நீண்ட நாட்கள் ஆகின்றன போலவே என்று மார்க்ஸ் கேட்பார். கூச்சமாக இருக்கும். படைப்பு சார்ந்து அவர்கள் நல்கும் உழைப்பும், அவர்களிடம் காணக் கிடைக்கும் ஒழுங்கும் பிரமிப்பூட்டக்கூடியது. பிறகு மெல்ல எனது இரண்டாவது நாவலை எழுதத் தொடங்கினேன். அந்தக் கால கட்டத்தில் நான் விடுமுறையெல்லாம் முடிந்து பணிக்குத் திரும்பியிருந்தேன். அந்த வேலையில் என் முழு சக்தியையும் செலவிட வேண்டியிருந்தது.

அதன் பொருள் ஓய்வே இல்லை என்பதல்ல ஆனால் எழுதும் நிலைக்கு என்னை நகர்த்திக்கொள்ள முடியவில்லை என்பதே.

சிறுகதைகள் இருந்தால் அனுப்புங்கள் என்று மனுஷ்ய புத்திரன் எனக்கு மின்னஞ்சல் அனுப்பிக் கேட்பார். எழுதிக்கொண்டிருக்கும் நாவலை அப்படியே விட்டுவிட்டுச் சிறுகதைகள் எழுதத் தொடங்கினேன். விட்ட இடத்திலேயே நாவல் நிற்கிறது.

அவ்வப்போது அந்த நாவலின் பாத்திரங்கள் வந்து என்னுடன் உரையாடுகிறார்கள். தங்களைக் கைவிட்டுவிட்டதாக என்னிடம் புகார் சொல்கிறார்கள். அவர்களுக்குத் தெரியவில்லை, என்னைக் கைவிடுவதன் வழியாகவே நான் அவர்கள் உலகத்திற்குள் வருகிறேன் என்பது. அப்படி அவர்களது உலகத்திற்குள் செல்வதற்கு எனக்குச் சில குறுக்கீடுகள் ஏற்பட்டுவிட்டன அவ்வளவே. ஆம்ரே கார்த்தி, நேசன், சதீஷ் குமார் ஸ்ரீனிவாசன், நாராயணி சுப்ரமணியன் போன்ற நண்பர்களும் நினைவூட்டிக்கொண்டே இருந்தார்கள். சென்ற ஆண்டு (2024) இறுதிக்குள் இந்தச் சிறுகதைத் தொகுப்பைக் கொண்டுவந்து விடுவதாகத்தான் திட்டம். ஆனால் அது நழுவி இந்த ஆண்டை (2025) எட்டிவிட்டது. இதற்குப் பிறகு முழு மூச்சாக நாவலுக்குள் சென்றுவிடுவேன் என்று எனக்கு நானே சொல்லிக்கொள்கிறேன்.

எழுதுவது வாதையான செயல் என்று ஏற்கனவே பதிவு செய்திருக்கிறேன். ஆனாலும் அதிலிருக்கும் களிப்பும் வசீகரமும் தீராதது. அதனுடன் எனக்கு இருக்கும் ஆழ்ந்த பிணைப்பு மிகவும் அந்தரங்கமானது. இந்த வாழ்வு மீது எனக்கிருக்கும் ஈர்ப்பே படைப்பின் வழியாக வருவதுதான். அதே சமயம் ஒரு கடமையைப் போல அதனுடன் என்னால் ஈடுபடமுடிவதில்லை. படைப்புச் செயல்பாட்டில் இருக்கும் எல்லோருக்கும் அப்படித்தான் இருக்கும் என்பதால் அதில் ஒன்றும் ஆச்சர்யம் இல்லை என்று நினைக்கிறேன்.

இது என்னுடைய மூன்றாவது சிறுகதை நூல். வாசிக்கும் உங்களுக்கு நல்ல அனுபவமாக இருக்கும் என்று நம்புகிறேன். இதில் உள்ள பெரும்பாலான கதைகள் உயிர்மையில் வெளிவந்தவை. உயிர்மையில் எழுதுவதற்கு எனக்கு நிறைய சுதந்திரம் இருக்கிறது. அதற்காக மனுஷ்ய புத்திரனுக்குப் பிரத்யேக நன்றி. தமிழினி, ஆனந்த விகடன் போன்ற இதழ்களும் அத்தகையவே. எதிர் பதிப்பகம் வெளியிடும் என்னுடைய ஏழாவது நூல் இது.

அனுஷ் போன்ற பதிப்பாளர்கள் நம் சூழலில் அபூர்வம். அனைவருக்கும் நன்றி தெரிவிப்பதில் மகிழ்ச்சியடைகிறேன்.

இக்கதைகளை எழுதிக்கொண்டிருந்த காலத்தில், என்னுடைய கதைகள் பற்றி மட்டுமல்லாது, பொதுவாகவே இலக்கியம் குறித்து என்னுடன் தீவிரமாக உரையாடுகிற, விவாதிக்கிற அதன் மூலம் இந்தக் கதைகள் உருவாவதில் முக்கியப் பங்காற்றுகிற கவிதா சொர்ணவல்லிக்கு எப்போதும் தீராத என் அன்பு!

ப்ரியங்களுடன்
ஜி. கார்ல் மார்க்ஸ்
gkarlmax@gmail.com

வட்டத்திற்கு வெளியே	13
தாகம்	25
கேன்வாஸ்	41
பிரத்யேகமானதொரு கடல்	53
இன்னொரு வீடு	69
மாரியம்மா	85
புல்லட் செல்வா	95
சந்திப்பு	108
பறக்கும் முத்த ஸ்மைலிகள்	125
ஜஸ்பாய் சிறுவனும் அவன் அப்பனும்	139

வட்டத்திற்கு வெளியே

எனக்கு அந்தக் குழந்தையைக் கொல்ல வேண்டும் என்ற எந்த அழுத்தமும் இல்லை. ஆனால் நான் கொன்று விட்டதாகத்தான் எல்லோரும் சொல்கிறார்கள். இந்தக் கைவிலங்கு உரசிக்கொண்டே இருப்பதில் மணிக்கட்டின் எலும்பை வலிக்கிறது. நீதிமன்றத்தின் முதல் விசாரணைக்கு வரும்போது அங்கு தசை இருந்தது. தொடர்ந்து உரசியதால் காய்த்துப் போயிருந்தது. சிறை உணவு எனக்கு ஒத்துக்கொள்ளவில்லை. என்னால் சாப்பிடமுடியவில்லை. தசைகள் சுருங்கிப்போய் இப்போது எலும்பின் மீது தோல் மட்டும் போர்த்தியிருக்கிறது. அதில் இவ்வளவு பெரிய விலங்கை ஏன் போட்டு வைத்திருக்கிறார்கள் என்று தெரியவில்லை. என்னை அவிழ்த்துவிட்டாலும் நான் ஓடிவிடப்போவதில்லை. ஆனால் அவர்கள் அஞ்சுகிறார்கள். எனக்குத் தண்ணீர் வாங்கிக்கொடுக்கும் இந்த போலீஸ்காரர் மட்டும் இதுவரை என்னிடம், ஏன் அந்தக் குழந்தையைக் கொன்றாய் என்று கேட்கவில்லை. இதைவிட நிறைய விசித்திரமான குற்றவாளிகளை அவர் பார்த்திருக்கக்கூடும்.

நல்ல உணவில்லாமல் உடல் இளைத்துவிடுகிறபோது முகத்தில் குற்றவாளியின் சாயல் கூடுகிறது. சிறையில் என்னுடன் ஒரே அறையில் இருக்கும் அந்த அண்ணன்தான் என்னிடம் சொன்னார். விசாரணைக்குக் கூட்டிட்டுப் போறன்னைக்கு

மட்டும் ஏதாவது தின்னுட்டு போ, இல்லன்னா உக்காந்திருக்கும் போது ரொம்ப சோர்வா இருக்கும், எல்லாருக்கும் நீதான் கொலை பண்ணிருப்பேன்னு சந்தேகமாவே இருக்கும், நீதிபதிக்கும் கூட அப்படித்தான் தோணும். உன்னைக் கூட்டிட்டுப் போற போலீஸ்காரனுக்கும் அவருக்கும் ஒன்னும் பெரிய வித்தியாசம் கிடையாது. அது அவருக்கு ஒரு வேலை. உனக்கு எப்படி கோர்ட்டில் ஆஜராவுறது ஒரு வேலையோ அதே மாதிரி விசாரிக்கிறது அவரோட வேலை. ஆனா அதுல ஒரு கவுரவம் இருக்கறதால அவரு நம்மை விட ரொம்ப முக்கியமான வேலையில இருக்கிற மாதிரி மக்கள் நினைப்பாங்க. அதுக்கு அவரும் பழகியிருப்பாரு. அந்தப் பழக்கம்தான் அவரை முதல்ல நம்மள குற்றவாளின்னு நம்பவைக்கும். நாமதான் அப்படி இல்லன்னு நிரூபிக்கனும். ஆனா நமக்கு ஒரு அலட்சியம் வந்திடும். ஏன்னா அது நமக்கு எட்டாத சிந்தனை இல்லையா? அதோட சேர்த்து ஒன்னும் திங்காம உக்காந்திருந்தன்னு வையி, தண்ணி கூட குடிக்கலன்னா, தொண்டை வறண்டு வார்த்தை சரியா வராது. ஆனா அது நீதிபதிக்கு எப்படி கேக்கும் தெரியுமா? நீ அலட்சியம் பண்ணுற, அதனாலதான் கூப்பிட்டதைக் காதுல வாங்கலன்னு கடுப்பு வரும். அதுக்காக அவரு ஒன்னும் உனக்குத் தண்டனை கொடுத்துட போறதில்ல. அந்த அதிருப்தியை எவனாவது ஒரு தேய்ஞ்சி போன வக்கீலோ இல்லன்னா ஒரு போலீஸ்காரனோ கும்பிடு போட்டு சரி பண்ணிடுவான்னு வையி. இருந்தாலும் நீ ஏதாவது தின்னுட்டு தெம்பா போ, கூட்டம் இல்லன்னா ராத்திரிக்குள்ள திரும்ப வந்துடலாம். நீ எதோ கொலை கேஸுங்கவும் உனக்குச் சூத்து தப்பிச்சிது. அந்த வகையில லாபம். ஆனா ரெண்டு இழுப்பு குடுப்பானுங்கன்னு, புகைக்கு ஆசைப்பட்டு சூத்தைக் குடுக்குறவனுக நிலைமை நம்மள விட ரொம்ப மோசம். இந்தச் சூத்து சமாச்சாரத்தை அவர் சொல்கையில் நான் எழுந்து நடக்கத் தொடங்கியிருந்தேன்.

நீதிமன்றம் பரபரப்பானது. நீதிபதி வருகிறார் போல. அவர் வருவது கண்ணுக்குத் தெரியவில்லை. ஆனால் ஆட்கள் சுறுசுறுப்படைகிறார்கள். என் பக்கத்தில் நின்றிருந்த போலீஸ் அண்ணனின் குழைந்த உடம்பில் கொஞ்சம் விறைப்பு வந்தது. எழுந்து சுவர் ஓரமாக என்னை நிற்கவைத்து விலங்கை அவிழ்க்கப் போனார். பிறகு எதோ நினைத்துக் கொண்டவர் போல, இரு உள்ள போயி பாத்துட்டு வர்றேன் என்று

சொல்லிவிட்டு அந்த வளாகத்தின் உள்ளே நுழைந்தார். அதற்கு என்னை வேனிலேயே உட்கார வைத்திருக்கலாம். ஆனால் அங்கு ரொம்ப சூடாக இருக்கும். உடல் வேகும். இங்கு பரவாயில்லை. காலை பதினோரு மணிக்கே வெயில் அனலாகத் தகிக்கிறது. அன்றைக்குச் சரக்கு வாங்கப் போனபோதும் இப்படித்தான் வெய்யில் கடுமையாக இருந்தது. வாங்கப் போனோம் என்பது பொய். திருடப் போனோம் என்றுதான் சொல்லவேண்டும்.

எங்கே, இந்தச் செந்தில் பய இன்னும் வரவில்லை. இன்றுதான் கோர்ட் என்று அவனுக்குத் தெரியும், எப்படியும் மீண்டும் உன்னை ஜெயிலுக்கு அழைத்துப் போவதற்கு முன் வந்து பார்த்துவிடுகிறேன் என்று சொல்லியிருந்தான். அவன் மட்டும்தான் அடிக்கடி சிறையில் வந்து பார்க்கிறான். அம்மா என்னைக் கைகழுவி விட்டது. நான் வெளியில் இருந்தபோது மட்டும் என்னால் அதற்கு என்ன பிரயோஜனம் இருந்தது? ஒன்றும் இல்லை. என்னைத் தேடி வந்த போலீஸ்காரனிடம் ஒருமுறை வீராப்பாகப் பேசி அறை வாங்கியது, இன்னொரு முறை என்னைத் தேடி வரும் சாக்கில் முலையைத் தடவிய ஒரு போலீஸ்காரனின் சட்டையைக் கிழித்துத் துரத்தியது. ஆனால் அவனிடம் அவ்வளவு முரட்டுத்தனமாக அது நடந்திருக்கவேண்டியதில்லை. கொஞ்சம் நைச்சியமாகப் பேசி அனுப்பியிருக்கலாம். எனக்கே இந்த நெளிவு சுழிவெல்லாம் ஜெயிலுக்குப் வந்தபிறகுதான் புரிகிறது. வெளியில் இருக்கும்போது தெரிந்திருந்தால் தப்பித்திருக்கலாம். தினமும் குடிக்காமல் இருந்திருந்தால், நித்தமும் அதிலேயே கிடந்து உருளாமல் போயிருந்தால் புத்தி வேலை செய்திருக்குமோ என்னவோ.

உழைப்பதைக் குடி தடுத்து விடுகிறது. அதில் இருக்கும் பெரிய பிரச்சினை அதுதான். வேலைக்குப் போகவில்லை என்றால் எப்படிக் குடிப்பது? அப்படியே வேலைக்குப் போனாலும் அது குடிப்பதற்குப் போதுமானதாக இல்லை. வண்டியை விட்டு இறங்க கவுரவம் பார்த்துக்கொண்டு, என்னைப்போல கடை வாசலில் நிற்கும் யாரையாவது கூப்பிட்டு சரக்கு வாங்கித்தர சொல்லும் கார் ஆசாமிகளுக்கு உதவும் சாக்கில், பணத்தை லவட்டிக்கொண்டு நழுவுவதுதான் முதல் திருட்டு. ஆனால் அது ரொம்ப நாள் நீடிக்கவில்லை. அன்று கடைக்காரனே பிடித்துக் கொடுத்துவிட்டான்.

கடைக்கு எதிரே இருந்த சந்துகளில் நான்காவது சந்து மட்டுமே அந்த ஏரியாவை விட்டு வெளியேறும் வாய்ப்பு கொண்டது. அந்தச் சந்தைக் காண்பித்துக் கொடுத்து நான் ஓடும் வழியை விரட்டி வந்தவர்களுக்குத் தெளிவாக்கியதுதான் கடைக்காரன் செய்த உதவி.

அந்த விலை உயர்ந்த காரில் நான்கைந்து பேர் இருந்தார்கள், என்னை விரட்டிப் பிடிப்பது அவர்களுக்குச் சாகசம் போல இருந்தது. என்னை மடக்கி என் காலரைப் பிடித்துத் தூக்கியவன் நல்ல பலசாலியாக இருந்தான். கட்டுமஸ்தான உடம்பாக இருந்தது. முஷ்டியால் முகத்தில் குத்துவதில் அவனுக்கு அதீத ஆர்வம் இருந்தது. அவனது இறுக்கமான பிடியால் சட்டை காலர் கழுத்தில் நெருக்கிக்கொண்டிருக்க என்னால் தலையை உடனே விலக்கிக்கொள்ள முடியவில்லை, வாய் வேறு கொஞ்சம் திறந்தபடி இருந்தது. அதனால் அவனது குத்து கன்னத்தில் பாதியும் பற்களில் மீதியாக விழ, அவன் வலியுடன் கையை உதறிக்கொண்டு என்னை அப்படியே விட்டுவிட்டான். அவனது புறங்கையில் ஆழமான காயம் ஏற்பட்டுவிட்டது. அவனுக்கும் எனக்கும் ஒரே அளவு ரத்தம் பீறிட்டது. நான் இரண்டு பற்களை இழந்திருந்தேன். அவனது நண்பர்கள் பயந்துபோனார்கள். இறங்கும் அவசரத்தில் அவர்கள் காரை சாலையிலேயே விட்டுவிட்டு வந்ததால், போக்குவரத்து நெரிசலாகி, ஆங்காங்கு ஹார்ன் சத்தம் அதிகரிக்கத் தொடங்கிவிட்டது. இந்தக் களேபரத்தைச் சாக்காக வைத்து நான் எழுந்து ஓடியிருக்கலாம். ஆனால் ஓடவில்லை. எனக்குச் சோர்வாக இருந்தது. ஆனால் இதில் பழக்கப்பட்ட அண்ணன்கள், ஜெயிலில் இருந்தவர்கள், அப்படியான சமயங்களில் ஓடுவிடுவதுதான் சரி என்று சொன்னார்கள். இதைப்போன்ற சம்பவங்களில் ஈடுபடுகையில் நமது முகம் எல்லாருக்கும் பழகிவிடக் கூடாது என்றார்கள். அது நாள பின்ன அதே ஏரியாவுல புழங்குறத கஷ்டமாக்கி விட்டும், அப்புறம் வலுவா அடிவாங்கிட்டா அந்தப் பயம் மனசுல இருந்துகொண்டே இருக்கும், அது அடுத்த வேலை செய்யக் கிளம்பும்போது தயக்கம் வரவைக்கும். ஆனால் இதைப்போன்ற வழிமுறைகளை உள்வாங்கிக்கொள்வதில் எனக்குக் குழப்பமாக இருந்தது. ஓடாமல் அப்படியே தரையில் குத்தவைத்து அங்கேயே இருந்துவிட்டேன். ஏன் குடிக்கிறேன் என்பதற்கான காரணம் எனக்கு அப்போதுதான் பிடிபட்டது. ஓடாமல் அப்படியே ஒரு இடத்தில் நிற்பதற்குத்தான்

குடிப்பது. சதா பரபரவென ஓடிக்கொண்டே இருப்பதில் இருந்து தப்பிக்க வேண்டிதான் குடிக்கிறேன். பிறகு எதற்கு ஓடவேண்டும்?

போலீஸ் வந்து என்னை வண்டியில் ஏற்றி, போக்குவரத்து நெரிசலை ஒழுங்குபடுத்தி, அந்த கார் பேர்வழிகளை அப்புறப்படுத்தி என்னை ஸ்டேஷனுக்குக் கொண்டு செல்வதற்குள் என் முகத்துடன் இன்னொருவர் முகத்தை ஒட்டவைத்தது போல பெரிதாக வீங்கி விட்டது. கண் பாதிதான் தெரிகிறது. எச்சில் விழுங்க முடியாமல் தொண்டை காய்ந்து போய்விட்டது. அந்த ஜீப்பில் இருந்த போலீஸ்காரர்கள் எல்லாரும் வேறு ஏதோ அதிருப்தியில் இருந்தார்கள். இத்தனைக்கும் அந்தக் களேபரம் அரைமணி நேரத்திற்குள் ஓய்ந்து விட்டது. போக்குவரத்து வழக்கம் போல சகஜமாகிவிட்டது. ஆனால் நான் என்னவோ அவர்களுக்குப் பெரிய இடையூறு செய்துவிட்டதைப் போல என் மீது ஆத்திரம் கொண்டார்கள். வாய் வீங்கியிருப்பதால் என்னை மேலும் அடிக்கவில்லை. என் முகத்தைப் பெயர்த்தவன் என் மீது புகார் தருவதற்குக் காவல் நிலையம் வர மறுத்துவிட்டதால், ஒரு போலீஸ்காரர் மட்டும் வண்டியை விட்டு இறங்கிப் போய், கடைக்காரனிடம் என்ன நடந்தது என்று மீண்டும் ஒருமுறை விசாரித்துவிட்டு வந்தார்.

இவனை ஏன்யா இங்க கூட்டி வந்தீங்க, இப்ப இவனை வச்சி என்ன பண்ணப் போறீங்க என்று எரிந்து விழுந்தார் ஸ்டேஷனில் இருந்த அதிகாரி. அம்மாவிடம் வம்பிழுத்தவனின் சாயல் இருந்தது அவரிடம். எனது பாதி மூடிய கண்ணுக்கு அப்படித் தெரிந்ததோ என்னவோ. மற்ற போலீஸுக்கும் அவருக்கும் ஒன்றும் பெரிய வித்தியாசம் இல்லை.

என்னைக் கடைவாசலிலேயே விட்டுவிட்டு வந்திருந்தால், அப்புறம் என்ன மயிரைப் புடுங்கவா ஜீப்பை எடுத்துக்கிட்டு அவ்வளவு வேகமா போனீங்க என்று அவர் கேட்கக் கூடும். ஆனால் ஒரு போலீசும் வாயைத் திறக்கவில்லை.

"வாய் ஏன்யா இப்படி வீங்கிருக்கு இவனுக்கு, அடிச்சீங்களா...?"

"ஐயா... நாங்க அடிக்கலய்யா..."

"அப்புறம்...?"

“இவனை விரட்டிப் பிடிச்சவனுக நாங்க போறதுக்குள்ள அடிச்சிட்டானுங்க...”

“என்னடா வச்சிருக்க கையில....?”

அப்போதுதான் எனக்குச் சுரணை வந்தது. அடி வாங்கியதும் வாயைப் பொத்தியவன் உதிர்ந்த பற்கள் ரெண்டையும் கையிலேயே வைத்திருக்கிறேன். பல்லு சார் என்று சொல்வதற்கு முடியாமல், கையைத் திறந்து காண்பித்தேன்.

“என்னடா பண்ண போற அதை வச்சிக்கிட்டு, சரி கிளம்பு போ...”

என் கையைப் பற்றிக் கிட்டத்தட்ட இழுத்து வந்து என்னைச் சாலையில் விட்டார் ஒரு போலீஸ். நான் உதிர்ந்த பற்களோடு அந்த ஸ்டேஷன் வாசலில் நின்றுகொண்டிருந்தேன். யாருக்குமே நான் அப்படி நிற்பது விசித்திரமாகப் படவில்லை. ஸ்டேஷனுக்கு பக்கத்தில் இருக்கும் சிக்னலில் சிவப்பு விளக்கு விழவும் வாகனங்கள் நின்றன. வரிசையில் நின்றுகொண்டிருந்த ஒரு இருசக்கர வாகனத்தில் போய் அவனது தோளைப் பற்றியபடி வண்டியில் பின்பக்கம் ஏறிக் குந்தினேன். அதை ஓட்டி வந்தவன் காலை ஊன்றியபடி தனது ஹெட் போனில் யாரிடமோ பேசிக்கொண்டிருந்தான். அவன் திரும்ப முடியாமல், வண்டியை விட்டு இறங்கவும் முடியாமல், பேசிக்கொண்டிருந்ததை நிறுத்தவும் முடியாமல், இது எல்லாவற்றையும் கலந்தது போல நெளிந்தான். நான் அவன் முகத்துக்கு நேராக எனது உதிர்ந்த பற்கள் இருந்த கையைத் திறந்து காட்டினேன். பல்லின் முன்புறம் வெள்ளையாக இருந்தாலும் அதன் வேர் பக்கம் காய்ந்த ரத்தத்துடன் இருந்தது. அதனால் பல் என் உள்ளங்கையில் நன்றாக ஒட்டியிருந்தது. அவன் ஏதோ சொல்ல முயலும்போது சிக்னல் விழுந்துவிட்டது. வண்டியை நகர்த்தினான். நான் சொன்ன சைகையை வைத்து, அவனாகவே ஆஸ்பத்திரி என்று புரிந்துகொண்டு, அடுத்த இரண்டு சிக்னல் தாண்டி இருந்த ஆஸ்பத்திரி வாசலில் வண்டியை நிறுத்தினான். வண்டியில் பாரம் குறைந்ததும், நான் இறங்கிவிட்டேன் என்பது உறுதியானது போல என்னைத் திரும்பிக் கூட பார்க்காமல் வண்டியைக் கிளப்பிக்கொண்டு போய்விட்டான்.

நான் மருத்துவரிடம் போனதும், உள்ளங்கையை மெல்லத் திறந்து காட்டினேன். அவர் அங்கிருந்த இடுக்கியால்

அப்பற்களை எடுத்து குப்பைத் தொட்டியில் போட்டார். பிறகு என் கையை ஈரமான பஞ்சால் துடைத்துவிட்டார். உள்ளங்கையைப் பஞ்சால் துடைக்கவும் எனக்கு குபுக்கென்று கண்ணீர் வந்துவிட்டது. உதடுகள் பிரிந்தே இருந்ததால் எச்சிலை விழுங்க முடியாமல் அது வாயின் ஓரம் கோடாக வழிந்துகொண்டிருந்தது. அதோடு கண்ணீரும் சேர்ந்துகொள்ள நசநசவென இருந்தது. அதையும் பஞ்சு சுத்திய இடுக்கியால் துடைத்து விட்டு வாயைத் திறக்கச்சொல்லிச் சிறிய ஊசியில் மருந்தேற்றிக் குத்தினார். பிறகு அந்தக் கட்டிலில் படுக்கவைத்துச் சூத்தாமட்டையில் ஒரு ஊசி குத்திய கொஞ்ச நேரத்தில் எனக்கு மயக்கம் வந்துவிட்டது. கண் விழித்தபோது வாய் மொத்தமும் மரத்துப் போயிருந்தது. தாடைகளை அசைக்க முடியவில்லை. காலி குளுக்கோஸ் பாட்டில்கள் எனது படுக்கைக்கு அருகில் கிடந்தன. ஒரு பாட்டில் தீரும் தருவாயில் இருந்தது. மூத்திரத்தை இதற்கு மேல் அடக்க முடியாது என்ற நிலை வருவதற்கும், நன்றாக மயக்கம் தெளிவதற்கும், நர்ஸ் வந்து குளுக்கோஸ் டியூபுகளை உருவுவதற்கும் சரியாக இருந்தது. தலையை அசைக்கக் கூடாது என்று அவள் சைகை செய்தாள்.

உதிர்ந்த பற்களின் முனையைப் போல அவளது உடை வெண்மையாக இருந்தது.

நர்ஸின் தலை மறைந்ததும் அப்படியே படுக்கையை விட்டு இறங்கித் திறந்திருந்த வாயிலை நோக்கி நடந்தேன். வெளியே சாலை தெரிந்தது. ஆனால் பெரிய இரும்பு கதவால் வாசல் பூட்டப்பட்டிருந்தது. அதன் பக்கத்தில் ஒரு கிழட்டுக் காவலாளி குந்தியிருந்தான். எனக்கு மூத்திரம் முட்டிக்கொண்டு நின்றது. என்ன என்பது போல் என்னை ஏறிட்டுப் பார்த்தவனிடம், அடி வயிற்றைத் தடவிக் காண்பித்தேன். எனக்குப் பசிக்கிறது என்பதாக அவன் குழம்பிவிடக்கூடாது என்பதற்காக, எனது குறியின் மீது கைவைத்து, அங்கிருந்து ஆட்காட்டி விரலை அவன் பக்கமாக நீட்டிச் சுட்டுவிடுவது போல, மூத்திரம் பெய்ய வேண்டும் என்று சைகையில் சொன்னேன். மறுவார்த்தை பேசாமல் கதவைத் திறந்துவிட்டான். அப்போதுதான் தெரிந்தது அவன் கதவைப் பூட்டியிருக்கவில்லை என்று. வெறுமனே சங்கிலியைக் கதவுகளைச் சுற்றிப் போட்டிருக்கிறான். ஆனால் நானாகத் திறந்திருந்தால் சண்டைக்கு வந்திருப்பான்.

சங்கிலியைத் திறந்து, அனுப்பப் கூடாத ஆளை வெளியே அனுப்பிவிட்டால் அவனுக்கு வேலை போய்விடுமா? இல்லை, போகாது, அப்படியே போனாலும் நகரத்தில் இதைப்போன்ற இரும்புப் கதவுகளுக்குச் சங்கிலி மாட்டும் வேலை நிறைய இருக்கிறது என்று அவனுக்குத் தெரியும். ஆனாலும் அது அவனது ஆளுகைக்கு உட்பட்ட கதவு. அதை யாரும் மீறமுடியாது. நாய்கள் எல்லை வகுத்துக்கொள்வது போல.

இதோ எனது விலங்கை அவிழ்த்துவிடுவதற்கு முன்பு உள்ளே எட்டிப்பார்க்கப் போயிருக்கிறானே இந்த போலீஸ் அண்ணன் அவனைப் போல, எனக்குத் தண்டனை வாங்கித் தருவதைத் தனது திறமைகளில் ஒன்றாகக் கருதி உழைக்கிறாரே அரசு தரப்பு வக்கீல் அது போல, நடுநிலை மாறாமல் தீர்ப்பு வழங்குவதான பாவனையில் சலிப்புடன் காத்திருக்கிறாரே இந்த நீதிபதி அது போல. சிறிய ஆட்களுக்குச் சிறிய அதிகாரம் பெரிய ஆட்களுக்குப் பெரிய அதிகாரம்.

அந்தக் குழந்தையை நான் கொல்லவில்லை, ஆனால் அது இறந்து போனதற்கு நானும் ஒரு காரணமாக இருக்கக் கூடும் என்கிற சந்தேகம் எனக்கும் இருக்கிறது. நான் அதற்கு வருந்தவில்லை. எனக்கு வருந்துவதற்கு அதில் காரணங்கள் இல்லை என்பதைத் தவிர வேறொன்றும் இல்லை. ஒரு குழந்தை இறந்ததற்கு எப்படி வருந்தாமல் இருக்க முடியும்? நீ இந்தக் குரலை கோர்ட்டில் வெளிப்படுத்தினால் உனக்கு மரண தண்டனைதான் கிடைக்கும் என்று சொன்னார் சிறையில் இருக்கும் அண்ணன். அவரும் கொலைக் குற்றவாளிதான். ஆனால் அவர் கொன்றது குழந்தையை அல்ல. குழந்தையின் அம்மாவை. அதாவது தனது பொண்டாட்டியை. குழந்தை அநாதை ஆகிவிட்டது. தனக்குத் தண்டனை தருவதை விட வெளியே விட்டுவிடுவதுதான் தனது ஆறு வயது குழந்தைக்குப் பாதுகாப்பு என்று அவருக்குத் தெரிந்திருக்கிறது. ஆனால் போலீசுக்கோ, நீதிபதிக்கோ, இந்த வழக்கை வெளியில் இருந்து பார்த்துக்கொண்டிருக்கும் பொதுமக்களுக்கோ இதன் பின்னுள்ள தர்க்கத்தைப் புரிந்துகொள்ளமுடியவில்லை. அதற்காகக் கொலை செய்தவனை அப்படியே விட்டுவிட முடியுமா என்றுதான் அவர்கள் கேட்கிறார்கள். அவனைக் கொன்றுவிட வேண்டும், அதுதான் நியாயம் என்று அவர்களுக்குத் தெரிந்திருக்கிறது. அவர்கள் அப்படித்தான் நினைப்பார்கள் என்று அந்த

அண்ணனுக்கும் தெரிந்திருக்கிறது. அதனால்தான் அவர் லாவகமாகச் செயல்படுகிறார். இந்த வழக்கில், தாம் எப்படியும் விடுதலை ஆகிவிடுவோம் என்கிற நம்பிக்கை அவருக்கு இருக்கிறது. தனது மகளைத்தான் அவர் மலை போல நம்பியிருக்கிறார். அவள் மீது அவருக்குப் பாசம் இருக்கிறது. ஆனால் அவளது அம்மா மீது அவருக்கு அந்த அளவுக்கு அன்பில்லை. அதனால்தானே அவளைக் கொன்றுவிட்டார்?

எப்போதாவது கஞ்சா அடிக்கும்போது - சிறையில் அது மட்டும் தான் கிடைக்கிறது, சாராயம் கிடைப்பதில்லை - அந்தக் கொலையை நடித்துக் காட்டுவார். பொம்பளைகள் சாவது அவர்கள் வாழ்வதைப் போல உக்கிரமாக இல்லை என்று தோன்றியது. வெகு சாதாரணமாகச் செத்துப் போகிறார்கள். அவரது நடிப்பு இரண்டு நிமிடங்களில் முடிந்துவிடும். இவ்வளவு விரைவாகவா என்று ஒருமுறை கேட்டபோது, இதைவிடக் குறைவான நேரத்திலேயே அவள் செத்துப் போனாள் என்று சொன்னார். நான் சம்பந்தப்பட்ட குழந்தையும் அப்படித்தான் சொற்ப நேரத்தில் செத்துப் போனது.

அன்று நான் ஏற்கனவே நிறைய குடித்திருந்ததால், அப்போதும் குடித்துக்கொண்டிருந்ததால், அதுவும் அந்த இடம் சரக்கு அடுக்கி வைக்கப்பட்டிருக்கும் கோடவுனுக்குப் பின்னால் இருந்ததால், அந்த கோடவுனுக்குப் பின்னால் ஓடும் பெரிய சாக்கடையை ஒட்டி நிறைய குட்டிகளுடன் பன்றிகள் மேய்வதால், அங்கு இருக்கும் கைவிடப்பட்ட ஒரு சிறிய கோடவுன் மறைவில், ஷட்டரில் சாய்ந்த படி பேண்ட்டை இறக்கி விட்டுத் தனது குறியை எடுத்து வெளியில் நீட்டியபடி அவன் கண்ணை மூடிக்கொண்டிருப்பதால், தரை உறுத்தாமல் ஒரு சணல் சாக்கை விரித்து அதில் முட்டி போட்டுக்கொண்டு எவ்வளவு சீக்கிரம் அவன் தீர்வான் என்று நினைத்தபடி நீலவேணி அக்கா சப்பிக்கொண்டிருப்பதால், அவள் அக்காவா அண்ணனா என்று எனக்குக் குழப்பம் இருப்பதால், இவை எல்லாம் சேர்ந்து என் மூளையை மழுங்கடித்திருப்பதால், அங்கு ஒரு குழந்தை, வாயில் ஒட்டப்பட்ட பிளாஸ்திரியுடன் கைகள் கட்டப்பட்டு சாக்கு மூட்டைகளோடு சாக்கு மூட்டையாகப் பதுக்கி வைக்கப்பட்டிருந்தது எனது பார்வைக்கு வராமல் போய்விட்டது.

விசாரணையின் போது போலீசிடம், அது என் பார்வைக்கு வந்திருந்தாலும் நான் ஒன்றும் செய்திருக்க மாட்டேன் என்று சொன்னதுதான் பிசகாகிவிட்டது. நம்ப முடியாதவனைப் போல, காப்பாத்தியிருக்கமாட்டியா என்று கேட்டான் அந்த போலீஸ்காரன். நான் ஏன் காப்பாற்ற வேண்டும் என்று கேட்டேன். என் வாயில் இப்போது நான்கு பற்கள் இல்லை அல்லவா? அதில் மீதி இரண்டு பற்களை அவன்தான் உடைத்தான். அது தானாக ஆறும் வரை நான் லாக்கப்பிலேயே கிடந்தேன். சாலையின் குறுக்கே ஓடிக் காலை ஒடித்துக்கொள்கிற நாய், ஓயாமல் அழுது அழுது தன் புண்ணைத் தானே ஆற்றிக்கொள்வது போல நான் என் புண் ஆறும் வரை அங்கேயே கிடந்தேன். ஆனால் நான் அழவில்லை.

இரண்டு விஷயங்கள் என்னை இந்த வழக்கில் வலுவாகச் சிக்க வைத்துவிட்டன. முதலாவது நான் அந்த குடோனுக்குப் பின்புறம் அந்த நேரத்தில் ஏன் போனேன் என்று எனக்குச் சொல்லத் தெரியவில்லை. இப்போது வரைக்கும் எனக்குக் காரணம் தெரியவில்லை. இத்தனைக்கும் அது நான் வழக்கமாகக் குடிக்கும் இடமும் இல்லை. ஆனால் ஏதோ ஒரு நினைப்பில் போயிருக்கிறேன். இப்போது யோசித்தால், நான் போய் வந்துகொண்டிருந்த எந்த இடத்துக்கும், அங்கு ஏன் போனேன் என்பதற்குத் திட்டமான காரணங்கள் என்னிடம் எதுவும் இல்லை. எல்லோருக்கும் அப்படித்தான் இருக்கும் என்று நினைக்கிறேன். அங்கு யாராவது ஒரு குழந்தையின் வாயில் பிளாஸ்திரியை ஒட்டிக் கொண்டுவந்து மறைத்து வைக்காதவரை யாருக்கும் அது பிரச்சினையாவதில்லை. இரண்டாவது, அந்தக் குழந்தையை யார் கடத்தி வந்திருப்பார்கள் என்று போலீசுக்கு பிடி கிட்டவில்லை. நீலவேணி அக்காவையும் கூட்டி வந்து வைத்து ஒரு நாள் முழுக்க அடித்தார்கள். நிறைய சரக்கடித்துவிட்டு இருக்கையிலேயே சாய்ந்து தூங்கிவிட்ட ஒரு போலீஸ்காரனின் குறியைச் சப்பி சப்பித் தளர்ந்து போன நீலவேணி அக்கா, கக்கூஸுக்குப் போய் சோப்பு நுரையைக் கையில் தடவிக்கொண்டு வந்து அவனது குறியைக் கையால் உருவி, ராத்திரி முழுக்க, ஊம்புவது போல பாவனை செய்துகொண்டிருந்தாள். போலீசுக்கும் வேறு பாதை தெரியாததால் அந்தக் கடத்தல் கொலை வழக்கு என் தலையில் விடிந்துவிட்டது.

சிறையில் இருக்கும் அண்ணன்தான் ஒருமுறை என்னிடம் கேட்டார், நீ மட்டையாவதற்கு முன்பு அந்தக் குழந்தை அங்கு இருப்பதைப் பார்த்திருந்தாலும், உன் போக்குக்குக் குடித்துக்கொண்டுதான் இருந்திருப்பாயா...? முதலில், நான் அப்போது மட்டையாகியிருக்கவில்லை என்று சொன்னேன். பிறகு, நீலவேணி அக்கா வேலை செய்துகொண்டிருக்கும்போதும் நான் சும்மா பார்த்துக்கொண்டுதானே இருந்தேன், அப்போதும் அப்படித்தான் இருந்திருப்பேன் என்று சொன்னேன். இரண்டும் ஒன்றா என்று கேட்டார் அந்த அண்ணன். இரண்டும் ஒன்றில்லைதான், இது உசுரு சமாச்சாரம், ஆனால் அது வேறு சமாச்சாரம் என்று சொன்னேன்.

ஆனால் அந்தக் குழந்தையைப் பார்த்திருந்தால், நீலவேணி அக்கா இங்க வாயேன் இங்க வந்து பாரேன் என்று கூப்பிட்டிருப்பேன் என்றும் தோன்றியது. சில நிமிட தாமதம், அந்த இடத்துக்குப் போலீஸ் வந்துவிட்டது , நான் குற்றவாளியாகிவிட்டேன். போலீஸ் கொஞ்சம் தாமதமாக வந்திருந்தால், குழந்தையைக் காப்பாற்றியவன் என்கிற பெயர் கூட எனக்குக் கிட்டியிருக்கலாம். குழந்தையை இப்போது சாகக் கொடுத்திருப்பவன் அப்போது எனக்குக் கொஞ்சம் பணம் கொடுத்திருக்கலாம். அதை நான் அம்மாவிடம் தந்திருக்கலாம். அந்தக் காசில் இன்னும் அதிகமாகக் குடித்திருக்கலாம். இது எதுவும் நடக்காமல் போய்விட்டது. அதனால்தான் இந்த வழக்கில் எனக்குத் தண்டனை கிடைக்கும் என்பது பற்றிக் கவலையில்லாமல் போய்விட்டது. அதற்காக எனக்கு உயிர் பயம் இல்லை என்று அர்த்தம் இல்லை. இருட்டு என்றால் இப்போதும் பயம்தான். தனியாக இருப்பதற்கும் பயம்தான். அந்தப் பயத்தின் பொருட்டுதான், நம்ம ரெண்டு பேருக்கும் ஒரே நாளில் தண்டனை கொடுத்திட்டா எனக்கு பயமா இருக்காதுண்ணே என்று சொன்னேன். அன்று அண்ணன் சந்தோச மனநிலையில் இருந்தார். கடகடவெனச் சிரித்து விட்டார்.

இன்று காலையில் சிறைக்காவலர்கள் வந்து என்னை அழைக்கும்போது, அண்ணனுக்குத் திடீரென்று சோகம் வந்துவிட்டது. நடந்துகொண்டிருந்தவனைத் திரும்ப அழைத்து, பத்திரமா போயிட்டு வாடா, நீ திரும்பி வந்ததும், நான் ஏன் அவளைக் கொன்னேன்னு உனக்குச் சொல்றேன்

என்று கிசுகிசுப்பான குரலில் சொன்னார். கிளம்பும் அவசரத்தில் இருப்பவன் போல அதற்கு எதுவும் பதில் சொல்லாமல் வந்துவிட்டேன். எனக்கு உண்மையாகவே அதைக் கேட்பதற்கு ஆர்வமில்லை. அவர் சொல்லும் காரணம் மிகவும் சலிப்பூட்டக் கூடியதாக இருக்கும் என்றே தோன்றியது. இதோ இந்த நீதிபதி பேசுவது போலத்தான் அதுவும் இருக்கும். எனது பெயரை நீதிபதி உரக்கச் சொல்வது எனக்குக் கேட்டது. போலீஸ் அண்ணன் மூச்சிரைக்க வெளியில் வந்து எனது விலங்குகளை அவிழ்த்து என்னை உள்ளே கூட்டிப்போனார். நான் அவருக்கு இணையாக நடப்பதா, கொஞ்சம் பின் தங்குவதா என்ற குழப்பத்தில் நடந்தேன். கூண்டில் ஏறுவதற்குச் சிரமமாக இருந்தது. சிறையில் அந்த அண்ணன் நடித்துக் காண்பிக்கும் நேரத்தை விட விரைவாக விசாரணை முடிந்துவிட்டது.

- உயிர்மை, டிசம்பர் 2021

◉

தாகம்

சின்னராசுக்கு தாகமாக இருந்தது. தண்ணீர் செம்பு தூரத்தில் வரப்பு முனையில் இருக்கிறது. இப்போது கொத்திக்கொண்டிருக்கும் இடத்தில இருந்து தலை தூக்கிப் பார்க்கும் போது தான், இவ்வளவு தூரம் வேலை முடித்திருக்கிறோமா என்று இருந்தது. இன்னும் கொஞ்ச நேரம் வெட்டினால் வயலின் அடுத்த முனை வந்துவிடும். அந்த இடம் வரை கிளறி விட்டுப் போய்த் தண்ணீர் குடித்துக் கொள்ளலாம் என்று நினைத்தான். ஆனால் தொண்டை வறண்டு போய் விட்டிருந்தது. வியர்வை சுரந்து, இடுப்பில் கட்டியிருந்த துண்டு நனைந்து, அடிக்கும் வெய்யிலில் காய்ந்தே போய்விட்டது. வறண்ட காற்றில் அவனது உடலில் இருந்து வெளிப்படும் உப்பு வாசம் அவனுக்கே கூட உறைத்தது. சரி, ஒரு எட்டு நடந்து போய்த் தண்ணீர் குடித்துவிட்டு வரலாம் என்று மண்வெட்டியைத் கீழே வைத்துவிட்டு, தலையில் கட்டியிருந்த முண்டாசை அவிழ்த்து முகத்தை அழுத்தமாகத் துடைத்தான். எண்ணெய் பிசுக்கும், வியர்வையும் ஊறிய துணி முகத்தில் சொரசொரப்பாக உரசுகையில் வீட்டின் காபரா அறையில் இருப்பது போல வாசமாக இருந்தது. இமைகளின் ஓரத்தில் ஊர்ந்து கொண்டிருந்த வியர்வையைத் துடைக்கவும், சூடான காற்று முகத்தில் படுவது இதமாக இருந்து தாகம் கொஞ்சம் மட்டுப்பட்டது போல இருந்தது. “அதான் தாகம் குறைஞ்சிடுச்சே, இந்த வெலாவையும்

கொத்திட்டுப் போயி ஒரேயடியா தண்ணியைக் குடிப்போம்...” என்று நப்பாசையாக இருந்தது. ஆனால் மண்வெட்டியைத் திரும்பவும் கையில் எடுக்க சோர்வாக இருந்தது. “இவ்வளவு ரோசிச்சா ஆகாது, போயி தண்ணியைக் குடிப்போம்...” என்று நினைத்துக்கொண்டே வயலில் இருந்து கரையேறி வரப்பில் காலை வைத்தான். கண்ணுக்கெட்டிய தூரம் வரை பறந்து விரிந்திருக்கும் வயல்வெளியைக் காண்கையில் பெருமிதமாக இருந்தது. இதைக் காண்பதற்கே எப்போது பொழுது விடியும் என்று காத்திருக்க வேண்டியிருக்கிறது. தனித்த வீட்டில் உடைகளைக் களைந்துவிட்டு நடுக்கூடத்தில் பாயைப் போட்டு மல்லாந்திருக்கும் ஒருத்தியை அவ்வெளி நினைவூட்டியது. சமீப காலமாகத்தான் இப்படியான கற்பனைகள் அவனுக்கு வருகின்றன. மெலிதாக முறுவலித்தபடி தண்ணீர் செம்பு இருந்த பக்கமாக நடக்கத் துவங்கினான்.

நடந்து கொண்டிருந்த வரப்பின் வலது புறம் பெரிய வடிகால் வாய்க்கால் அவனுக்கு இணையாக ஊர்ந்தது. வாய்க்காலின் மறுகரையில் வரிசையாகத் தென்னை மரங்கள். இப்போதுதான் காய்க்கத் துவங்கி இரண்டு வெட்டுகள் முடிந்திருக்கின்றன. ஒன்றிரண்டு மரங்களில் மட்டும் எப்போதாவது காய்கள் திருட்டுப் போகிறது. காலையில் வரப்பின் முனையில் இருந்து வரும்போது ஒவ்வொரு மரமாக அண்ணாந்து பார்த்துக்கொண்டே வருவதால், எத்தனை குலைகள் இருக்கின்றன, எவ்வளவு காய்கள் இருக்கின்றன என்பது மனதில் பதிந்து விடுகிறது. எதாவது ஒரு குலையில் மரநாய் கடித்து ஒரு குரும்பையை உதிர்த்திருந்தால் கூட அவனது பார்வையில் தப்பாது. அப்படி இருப்பவனுக்கு, இரண்டு மூன்று நல்ல காய்களைப் பறித்தால் தெரியாமலா போய்விடும்? “எல்லாம் நம்ம தெரு பயலுவோதான், நம்ம கிட்ட வேலை செய்யிற பயலுவளா கூட இருக்கும்...” என்று நினைத்துக்கொண்டான்.

பாதி தூரம் நடக்கையில் தூரத்தில் கல்யாணி வந்துகொண்டிருப்பது தெரிந்தது. காலை சாப்பாட்டுக்கு நேரமாகிவிட்டது, வயலுக்குப் போன ஆள் இன்னும் வீட்டுக்கு வரக்காணோமே என்று தேடிக்கொண்டு வருகிறாள் போல என்று நினைத்தான். அப்படி நினைத்த கணத்தில், அவ வந்ததும் போயி தண்ணியை எடுத்துட்டு வர சொல்லுவோம் என்று அப்படியே திரும்பி நடந்தான். தோளில் கிடந்த

துண்டை எடுத்து மீண்டும் தலையில் சுற்றிக்கொண்டு மண்வெட்டியை எடுத்து கொத்தத் தொடங்கினான். பாதி காய்ந்தும் மீதி ஈரமாகவும் நெகிழ்ந்து கிடந்த பூமியில் மண்வெட்டியின் இலை சரக், சரக் என வெட்டி ஊடுருவும் ஒலி சொக்க வைப்பதாக இருந்தது. அந்த லயம் தாகத்தை மறக்க வைத்தது. மீண்டும் உடலில் வியர்வை ஊறத் துவங்குவதற்கும் கல்யாணி தண்ணீர் செம்புடன் அவருக்குப் பக்கத்தில் வந்து நிற்பதற்கும் சரியாக இருந்தது.

"என்ன கொண்டு வந்த தண்ணி அப்படியே இருக்கு, கொஞ்சம் கூட குடிக்கவே இல்ல...?"

தாகமா இருந்துச்சுதான், இந்த வெலாவ முடிச்சிட்டுப் போயி குடிப்போம்னு நினைச்சேன், நீயே கொண்டு வந்துட்ட என்று சொல்லிக்கொண்டே தண்ணீரை வாங்கி மொடக் மொடக் என்று குடித்தான். செம்பில் கொஞ்சம் தண்ணீர் மீதமிருந்தது, அதைத் தரையை நோக்கி விசிறிவிட்டுச் செம்பை வரப்பில் வைத்தான். ஈர மண்ணாக இருந்தாலும் பளிச்சென்று அது தண்ணீரை உறிஞ்சிக் கொண்டது. இதற்கும் ஒரு உவமை நின்னைவுக்கு வந்தது சின்னராசுக்கு, ஆனால் அது அத்தனை ரஸமாக இல்லாததால் கற்பனைச் சிறகை விரிக்காமல் அடக்கிக்கொண்டான். மீண்டும் கொத்தத் தொடங்கினான்.

கல்யாணி அவன் கொத்திப் புரட்டிப் போடும் இடங்களில் வேர் அறுபட்டு மல்லாரும் கோரைகளைப் பொறுக்கத் தொடங்கினாள்.

"ராஜவேலு என்ன பண்ணுறான்...?"

"இப்பதான் காலேஜுக்கு கிளம்பிப் போறான். அவனை அனுப்பி வச்சிட்டுதான் வர்றேன்..."

"கிளம்பிட்டானா சரி சரி..."

"உங்களுக்குப் பசிக்கலையா... வீட்டுக்கு வர்றீங்களா இல்ல நான் போயி எடுத்துட்டு வந்துடவா...?"

"வேணாம் வேணாம் நானே வீட்டுக்கு வந்துடுறேன். வேலையாளுவோ வர்ற வரைக்கும் கொஞ்ச நேரம் ஓரத்தைக் கொத்தி வைப்போம்னு மோட்டார் கொட்டாயிலேருந்து

மம்புட்டியை எடுத்தேன், அது என்னடான்னா வளந்துகிட்டே போயி இங்க கொண்டாந்து விட்டுடுச்சு…”

“அது சரி…”

பாரு, வெயிலு சுள்ளுன்னு அடிக்க ஆரம்பிச்சிடிச்சு, வேலை செய்யுற பயலுவ ஒருத்தனும் இன்னும் வயலுக்கு வரல, வெயிலுக்கு முன்னாடி வேலையை ஆரம்பிச்சாதான வேலை ஓடும். என்னத்த வய வேலை செய்ரானுவொளோ… ஒரு மணி ஆனா போதும் வெட்டிகிட்டிருக்க இடத்தோட அப்படியே போட்டுட்டுக் கரையேறிடுறானுவோ, அதுல மட்டும் சரியா இருக்கானுவோ என்று அலுத்துக்கொண்டான். “இந்தப் பய ராசவேலு எங்கூட வந்து ஒரு வெலா சேர்ந்து வெட்டியிருந்தா இந்நேரம் முடிஞ்சிருக்கும், ஒரு ஆளு வேலை ஆகியிருக்கும், நானூறு ரூவா மிச்சமாயிருக்கும்” என்று முனகும் தொனியில் தொடர்ந்தான்.

இன்னைக்கு அவனுக்குப் பரிட்சையாம், அதான் எந்திரிச்சதிலேருந்து எதோ படிச்சிட்டிருந்தான், அவசர அவசரமா சாப்டுட்டு வண்டியை எடுத்துகிட்டு ஓடுறான், காலேஜ் போற பயலுவ வேற எவன் வந்து வயல்ல வேலை செய்றான் சொல்லுங்க, நம்ம புள்ளதான் நேரம் காலம் பாக்காம உங்ககூட வந்து டவுசர மாட்டிக்கிட்டு வயல்ல நிக்கிறான், அதுக்கே ஊரு கண்ணு அவன் மேல மொய்க்குது…

“என்னன்னு…?”

“ம்ம்ம் காலேஜ் படிக்கிற புள்ளையும் அப்பன் கூட சேர்ந்து வயல்ல ஒண்ணா நின்னு வேலை செய்யுறான்னுதான்…”

அதுல என்னடி இருக்கு. நான் பள்ளிக்கூடம் போகும்போது எங்க அப்பன் கூட நின்னு வேலை செஞ்சவன்தான. தா, அந்த வயலும், இந்த நாத்தாங்காலும் மட்டும்தான் அப்ப இருந்துச்சு. இன்னைக்கு மூணு வேலி நிலம் இருக்குன்னா எப்படி? இந்த மாதிரி நேரம் காலம் பாக்காம, கவுரவம் பாக்காம வயல்ல வேலை பார்த்ததாலதான்…

அதை யாரு இல்லன்னு சொல்றா. அரை ஏக்கர் வய வச்சிருக்கவன் கூட சொந்த பிள்ளைய வயல்ல இறங்கவிடாமத் தாங்குறான். நம்ம பய வயல்ல வந்து உங்ககூட வேலை செய்றான்ல, அதைத்தான் பொறாமைல அப்படி சொல்றானுங்க…

சொல்லட்டும் சொல்லட்டும் அதனால என்ன....!

சின்னராசுக்குப் பெருமையாக இருந்தது. ஒரு வயலையும் நாற்றங்களையும் மட்டும் வைத்துவிட்டு செத்துப் போன அப்பாவை நினைத்துக்கொண்டே கொத்தினான். அவரையும் சும்மா சொல்லக் கூடாது. உழைப்பாளிதான், அவரு சீத்துவத்துக்கு என்ன செய்ய முடியுமோ அதைச் செஞ்சிட்டுத்தான் போனாரு என்று நினைத்தான். இந்த நிலத்தை வச்சிக்கிட்டு ரெண்டு பொண்ணுவோள கட்டிக்கொடுத்திருக்காரு, என்னையும் பத்தாவது வரைக்கும் படிக்க வச்சிருக்காரு, இல்லன்னா கண்டக்டர் வேலைக்குப் போயிருக்க முடியுமா.... எதோ அந்த வேலைக்குப் போனதால்தான் கொஞ்சம் உபரி வருமானம் வந்துச்சு, அதனாலதான சிறுக சிறுக இவ்வளவு நிலம் வாங்க முடிஞ்சிது... என்ன ஒன்னு மத்தவன் மாதிரி ஒத்த புள்ளைய கான்வென்ட்ல படிக்க வைக்கணும்னு நினைச்சு காசு கரியாக்கல... அரசுப் பள்ளிக்கூடத்துக்கு என்ன கொறச்சல்...? இப்படி யோசிக்கையில், ரெண்டு தங்கைகளுக்கும் அவனுக்குமான உறவு விட்டுப் போனது பற்றிய நினைப்பு வந்ததை லாவகமாகத் தவிர்த்தான். “ஒறவு இல்லாம போனதுக்குக் கல்யாணி மேல மட்டும் குறை சொல்ல முடியாதுதான், அண்ணி கொஞ்சம் அப்படி இப்படின்னு தான் இருப்பா, நாமதான் கொஞ்சம் நீக்கு போக்கா இருக்கணும்னு அதுவோளுக்கும் தெரியனும், என்னதான் அண்ணனா இருந்தாலும் வாயும் வயிறும் வேறதான” என்று அந்த நினைப்புக்கு முற்றுப் புள்ளி வைத்தான்.

வாயைக் கட்டி வயிற்றைக் கட்டி, வேறெந்த செலவுகளும் இல்லாமல் எல்லா உறவுகளையும் வெட்டிவிட்டு உழைப்பு உழைப்பு என்று இருந்ததால்தான் இவ்வளவு நிலங்களும். இதோ இருவது வருடத்துக்கு முன்பு ஏக்கர் ஒரு லட்சத்துக்கு வாங்கிய இடம் இன்று கோடி ரூபாயைத் தாண்டுகிறது. இந்தா அரை கிலோமீட்டரில் புற நகர் வந்துவிட்டது. இன்னும் கொஞ்ச தூரம்தான். இப்போதே புரோக்கர்கள் வந்து நெலத்தை எதும் கொடுக்கிற ஐடியா இருக்கா என்று கேட்டுக்கொண்டுதான் இருக்கிறார்கள். அப்படி வந்து கேட்பவர்களிடம், எதும் வாங்குற இடம் இருக்கா சொல்லு, வாங்கிப் போடுவோம் என்று சொல்லவும்தான் அவர்கள் வருவது மட்டுப்பட்டிருக்கிறது. ஊர்லதான், வேலை இல்லாத

விருதாப்பய எல்லாரும் புரோக்கர் ஆய்ட்டானுவளே என்று அங்கலாய்த்தான் சின்னராசு.

காலைல நீங்க வயலுக்கு வந்த கொஞ்ச நேரத்துல வடக்குத் தெரு ராஜாராம் வந்து நீங்க எங்கன்னு கேட்டாரு. வயலுக்குப் போயிருக்காங்க என்ன விஷயம்னு கேட்டேன். இல்ல, சின்னராசுகிட்ட பேசிக்கிறேன்னு சொல்லிட்டுப் போயிட்டாரு. என்னவாம்? திரும்பவும் அந்தக் கரை மேட்டு வயலுக்கு பார்ட்டி இருக்கு முடிச்சிடலாம்னு சொல்லிக்கிட்டு வர்றாரா...?

தெரியலையே ஏன் வந்தான்னு, அப்படித்தான் ஏதாவது இருக்கும் என்று மையமாகச் சொல்லிவிட்டு அந்தப் பேச்சை வளர்க்க வேண்டாம் என்று மண்வெட்டியின் மீது கவனத்தைக் குவித்தான்.

ராஜாராம் ஏன் வந்திருப்பான் என்று அவனுக்குத் தெரியும். நினைக்கையிலேயே கிளுகிளுப்பாக இருந்தது. இந்த நேரத்தில் கல்யாணி இங்கு இருந்திருக்க வேண்டாம் என்று நினைத்தான். அவள் தகவலைச் சொல்லிவிட்டுப் புல் புடுங்கும் வேலையில் மும்முரமாகவிட்டாள். சின்னராசுக்கு சமமாக உழைப்பவள்தானே அவளும். நேரம் ஆக ஆக அவளது முதுகில் வியர்வை வழிந்து ரவிக்கையை நனைத்தது. கறுத்துக் காய்ப்பேறிய கைகள் கோரையை வறட் வறட் எனப் பிடிங்கிக்கொண்டிருந்தன. குனிந்து கொண்டே புல்லைப் பிடிங்கியவள் வரப்போரம் சரிந்து கிடந்த மூங்கில் முள் வேலியை இரண்டு கைகளாலும் நிமிர்த்திப் பிடித்துக்கொண்டு காய்ந்து போயிருந்த வேலிக்காலிற்கு அடியில் ஒரு மண் கட்டியை எடுத்துப் போட்டு மிதித்தாள். காய்ந்த முற்கள் நொறுங்கும் சத்தம் நறநற வெனக் கேட்டது.

வேலையாட்கள் வரத் தொடங்கினார்கள். அவர்கள் நான்கு பேர் வந்து சேரவும், சின்னராசு வரப்பு ஓரத்தைக் கொத்தி முடிக்கவும் சரியாக இருந்தது.

"ஒரு ஆள் வேலை முடிஞ்சிடுச்சு போல" என்றான் வந்தவர்களில் ஒருத்தன்...

"பின்ன என்னடா, சூரியன் வந்து சூத்துல அடிக்கிற நேரம் கழிஞ்சும் வயலுக்கு வரலன்னா எப்படி வேலை முடியும்" என்றான் சின்னராசு.

"உன்ன மாதிரி விடியக் காலையிலேயே வயலைக் கட்டிக்கிட்டு உருள்றதுக்கு இது என்ன என் சொந்த வயலா" என்று மனதிற்குள் நினைத்ததை அவன் வெளியில் சொல்லவில்லை. என்ன பண்றது, காலையில எந்திரிச்சி ஒரு டீத்தண்ணியை குடிச்சிட்டு உக்காந்தா மணி ஒம்போதாய்டுது என்று வேலைக்கு வரும் எல்லாரும் பாடும் பிலாக்கணத்தை அவனும் பாடினான்.

அவர்கள் கதை பேசியபடியே வேலையைத் தொடங்கியதும் சின்னராசு முண்டாசை அவிழ்த்து உடம்பைத் துடைத்துக் கொண்டு வரப்பில் குந்தினான். இப்போது எல்லா வயலையும் சுற்றிப் பார்த்துவிட்டு வரலாம் என்று நினைத்து நடந்தால் உச்சி ஆகிவிடும், வேலையாட்கள் கரையேறும் நேரம் வந்துவிடும் என்று நினைத்தான். பிறகு, வேணாம் வீட்டிற்குப் போய் முதலில் ரெண்டு வாய் சாப்பிடுவோம் என்று முடிவு செய்தான்.

இரண்டு வயல்கள் தாண்டி இருக்கும் மோட்டார் கொட்டகைக்குள் நுழைந்து சுவிட்சைப் போட்டுவிட்டு தொட்டிக்குள் இறங்கினான். தண்ணீர் வெதுவெதுப்புடன் வெள்ளமாகப் பாய்ந்தது. தூரத்தில் வெள்ளை வேட்டியும் சட்டையுமாக யாரோ வருகிறார்கள்? வேறு யார் எப்போதும் இப்படி வெள்ளையும் சொள்ளையுமாக அலைகிறார்கள் ராஜாராமைத் தவிர? வரட்டும் வரட்டும் என்று நினைத்துக்கொண்டே மீண்டும் நீருக்குள் மூழ்கினான். தோளில் கட்டியிருந்த துண்டையும் இடுப்பில் கட்டியிருந்த துணியையும் கழட்டித் தொட்டியின் விளிம்பில் போட்டுவிட்டு, கோமணத்தின் பின் பக்கக் கட்டை மட்டும் அரணா கயிறில் இருந்து விடுவித்து அப்படியே தொங்கவிட்டான். அது நீருக்கு மேலே மிதந்தது. கீழே அவனது சொத்து தண்ணீருக்குள் அலைந்தது. சின்னராசுவின் சின்னராசுக்கு ஆசுவாசமாக இருந்திருக்கவேண்டும். காலையில் அந்தப் பழைய கோவணத்தில் கட்டுண்டது, இப்போதுதானே விடுதலை அடைகிறது. சின்னராசு தண்ணீர் குடித்தால்தானே மூத்திரம் வருவதற்கும். சின்ன சின்னராசுக்கு இந்தக் கட்டுக் கூட பரவாயில்லை ஆனால் அது மேய்ச்சலைக் கண்டே பல வருடங்கள் ஆகிவிட்டதுதான் துயரம். ஒரு நாளைக்கு நான்கைந்து முறை மூத்திரம் பெய்வதற்குப் பயன்படுவதோடு சரி. எப்போதும் சின்னராசுவோடு

அலைகிறதே தவிர அவனால் அதற்கு எந்தப் பயனும் இல்லை. சரி அதால் அவனுக்கு மட்டும் என்ன பயன்? இந்த முரண்பாட்டை ராஜாராம்தான் மிகச்சரியாகக் கண்டுபிடித்தான். சின்னராசுவின் குஞ்சாமணிக்கு ஏதாவது உபகாரம் செய்யவேண்டும் என்று தீர்மானித்தான்.

எப்படிக் கண்டுபிடித்தானாம்? அதுவும் சுவாரஸ்யமான கதை. சின்னராசுக்குக் கடைத் தெரு போகும் பழக்கமோ, டீக்கடையில் உட்கார்ந்து அரட்டை அடிப்பதற்கு நேரமோ கிடையாது. ராஜாராம் பள்ளிக்கூட ஸ்நேகிதன் என்பதால் அவன் எங்காவது எதிர்ப்பட்டால் மட்டும், ஏய், என்னடா, எப்படி இருக்க என்று சிறியதொரு அளவளாவல் நடக்கும். மறந்தும் கூட சொந்த விஷயங்கள், குடும்ப நடப்புகள் குறித்து சின்னராசு யாரிடமும் பேசுவதில்லை. ராஜாரமிடமும் அப்படித்தான். யாராவது ஐநூறு, ஆயிரம் என்று கடன் கேட்டால் மட்டுமே அவர்களுடன் உரையாடல் என்று ஆகியிருக்கிறது. அப்படிப் பேசுகிறவர்களோடு அவனுக்கு உறவு வந்து அவர்களது பெயர் அவன் பராமரிக்கும் எண்பது பக்க நோட்டில் இடம் பிடிக்கும். கேட்பவர்களிடம் பத்து குழியாவது நிலம் இருந்தால்தான் அவனிடம் நூறு ரூபாயாவது கடன் கிடைக்கும். கேட்கக் கேட்கக் கொடுத்துக்கொண்டே இருப்பான். அவர்களது கடன் எல்லை வரும்போது அவர்களே ஒன்று நிலத்தைக் கிரயம் செய்து கொடுத்தார்கள், அல்லது யாரிடமாவது விலை பேசுவார்கள். அவர்கள் பிறத்தியாரிடம் விலை பேச முற்படும்போது சின்னராசு கோவப்பட்டதில்லை. என்னிடம் கடன் வாங்கிவிட்டு நிலத்தை வெளியில் விற்க ஆள் தேடுகிறாயாமே என்று சண்டை பிடித்ததில்லை.

அவம் எடம், அவம் யார்ட்ட விற்கப் பிரியப்படுறானோ விற்கட்டும், நம்மகிட்ட கடன் வாங்கிட்டா இடத்தை நம்மகிட்டதான் தரணும்னு கட்டாயமா என்ன, எப்படியோ கடன் இல்லமாம மகராசனா இருந்தா சரி என்று பெருந்தன்மையாகச் சொல்லுவான். அது சின்னராசுவின் ராசியோ அல்லது அவனிடம் பணம் வாங்கியவனின் தரித்திரமோ இதுவரை ஒரு இடம் கூட சின்னராசுவின் கையை விட்டுப் போனதில்லை. பங்காளிகளுக்குள் பங்கு பாகம் பிரிக்காத, பத்திரங்கள் சரியாக இல்லாத இடத்தின் மீது கூட சின்னராசு கடன் கொடுப்பான்தான். தங்களுக்குள்

அடிதடி, வெட்டு, குத்து, நீதிமன்றம், வழக்கு என்று இருக்கும் பங்காளிகள் கூட அவனிடம் சௌஜன்யமாக இருந்தார்கள். அது எப்படி என்பதையும் ராஜாராம்தான் கண்டுபிடித்துப் பேச்சு வாக்கில் சின்னராசுவிடம் சொன்னான். அது உண்மைதான் என்று சின்னராசுக்குப் புரிந்தாலும், கூச்சப்படுவது போல நடித்து மழுப்பிவிட்டான். சொத்து சேர்க்கும் விஷயத்தில் அவன் கவுரவம் பார்ப்பதில்லை, பிடிவாதம் காட்டுவதில்லை என்பதுதான் ராஜாராமின் கண்டுபிடிப்பு.

அண்ணே, உங்ககிட்ட கொஞ்சம் பேசணும் என்று எவனாவது சொன்னால், “நீ வீட்டுக்கு வர்றியா இல்ல நான் வரட்டுமா” என்று கேட்பான். தம் வீட்டுக்கு வரத் தயங்குபவன் வீட்டுக்கு அவனே போய் திண்ணையில் குந்துவான். நம்மகிட்ட நெலம் விக்கணும்னு நினைக்கிற பய நம்மள பாக்க வரட்டுமே, நாம ஏன் அவன் வீட்டுக்குப் போகணும் என்று நினைக்க மாட்டான். போகும் இடத்திலும் எந்த ஜபர்ஜஸ்தும் காட்டமாட்டான். விற்க நினைப்பவன் தயங்கித் தயங்கி வாயைத் திறந்தாலும், “இங்க பாருப்பா உன் இடத்துக்குப் பக்கத்துல உள்ள இடம், அதான் போன வருஷம் நம்ம மாயாண்டி வித்தான்ல அது இவ்ளோவுக்குப் போச்சு, இன்னைக்கு உன் இடம் இவ்வளவுக்குத் தான் போகும், இதான் என்னோட விலை என்ன சொல்ற என்று நறுக்குத் தெறித்தால் போல இருக்கும் வியாபார உரையாடல். நிலம் விற்பவன் பெண்ணுக்குக் கல்யாணம் வைத்திருக்கிறான், பொண்டாட்டி வைத்திய செலவுக்கு அல்லாடுகிறான் போன்ற உப காரியங்கள் அவனது நிலத்தின் விலையைத் தீர்மானிக்கும் காரணிகளாக இருப்பதை அவன் விரும்பியதே இல்லை. நாம அவன் இடத்தைத்தான் விலை பேசணும், அவன் கஷ்டத்தை இல்ல என்று கறாராகச் சொல்லிவிடுவான். நிலத்தைச் சந்தோஷமா விக்கிற ஒருத்தன் உலகத்துல இருக்கவே முடியாது. அவன் ஆயிரம் வேலி வச்சிருக்க ஐவேஸா இருந்தாலும் சரி. அப்போ வாங்குறவன் நாம என்ன பண்ணனும்? விக்கிறவன் மனசு சங்கடப்படாம வாங்கணும் அதான் முக்கியம் என்பான். ஊரில் இருப்பவர்கள் எல்லோர் பற்றியும் அவனுக்குத் தெரிந்திருந்தது. இன்னார் விற்பான் இன்னார் விற்கமாட்டான் என்பதும் அவனுக்குத் தெரிந்திருந்தது. இவன் அதிகம் விலை சொல்லி இழுப்பான் என்று தெரிந்தால், இப்போதைக்குப் பணம் இல்லை, அடுத்த

வருடம் பார்க்கலாம் என்று சொல்லிவிட்டு நகர்ந்து விடுவான். அடுத்த வருடம் அவனாகத் தான் நினைவூட்டுவான். ஒரு வாரத்துல சொல்லு, பணம் இருக்கு வேற இடம் ஒண்ணு கிரயம் பண்ணப் போறேன் அதான் உன்கிட்ட ஒரு வார்த்தை சொல்றேன். எப்படியும் அவன் எட்டாம் நாள்தான் வருவான், அடுத்த வருடம் பார்க்கலாம் என்று சொல்லிவிடுவான் சின்னராசு. பல நேரங்களில் அடுத்த வருடம் வரை அந்த இடம் விற்கப்படாமல் சின்னராசுவின் கைக்குள் விழுவதற்குக் காத்திருந்து விழுந்தது. அப்படித்தான் இப்போது அவனிடம் இருக்கும் மூன்று வேலி நிலமும் அவனுக்கு வந்தது. அதில் ஒரு வேலி நிலம், ஊரைப் பிளந்துகொண்டு குறுக்கே போகும் பைபாஸ் ரோட்டை ஒட்டி இருக்கிறது. சாலைக்கு நிலம் தரமாட்டேன் என்று போராடிய யாரோடும் அவன் சேரவில்லை. அரசு அப்போது அறிவித்த விலை, அன்றைய அசலான சந்தை விலையை ஒப்பிடக் குறைவுதான் என்றாலும் சின்னராசு அதை மனதார வரவேற்றான். அதற்காக சச்சரவு செய்கிறவர்களிடம் போய் அவன் அரசுக்காகப் பரிந்து பேசவுமில்லை. அவனவன் இடம், விருப்பம் இருந்தா கொடுக்க போறான், இல்லன்னா இல்லன்னு சொல்லப் போறான், இதுல நாம சொல்ல என்ன இருக்கு என்று சொல்லிவிட்டு மணவெட்டியை எடுத்துத் தோளில் மாட்டிக்கொண்டு இறுக்கிக் கட்டிய கோவணத்துடன் துண்டோடு நடந்துகொண்டிருந்தான். சின்னராசுக்குத் தெரியும் சாலை வந்தால் நிலத்தின் மதிப்பு எப்படி உயரும் என்று. ஒரு வழியாகப் புறவழிச் சாலை செல்லும் வழி உறுதியாகிச் சின்னராசு கொஞ்சம் நிலத்தை இழந்தான். ஆனால் மிச்சமிருந்த அவனது சொத்து மதிப்பு நானூறு மடங்கு உயர்ந்தது. இப்போது அந்தச் சுற்றுப் புறத்தில் இருக்கும் சில கோடீஸ்வரர்களில் அவனும் ஒருத்தன். ஆனால் மக்கள் யாருக்கும் அவன் மீது எந்தப் பொறாமையும் இல்லை. இதையும் ராஜாராம்தான் ஏன் என்று கண்டுபிடித்துச் சின்னராசுவிடம் சொன்னான். பணம் வச்சிருக்கவன் அதைச் செலவு பண்ணினாதான்டா ஊர்ல இருக்கவன் பொறாமைப்படுவான், நாளைக்கே நீ ஒரு இருவது லட்ச ரூவாய்க்கு கார் வாங்கி ஊருக்குள்ள ஓட்டு, உன் வயல்ல அந்தி நேரத்துல ஆடுகளை அவுத்து விடுவான். அதுதான் ஊர்க்காரன் புத்தி. ஆனா நீ என்ன பண்ற? ரெண்டு ஏக்கர் வய வச்சிருக்கவன் கூட ஹீரோ

ஹோண்டாவுல போனா நீ இன்னும் சைக்கிள்லையே போய்கிட்டிருக்க, பொழுது விடிஞ்சா கோவணத்தைக் கட்டிக்கிட்டு வரப்பு வெட்ட வந்திடுற, எப்படி பொறாமை வரும் சொல்லு?

இந்த இடத்தில்தான் ராஜாராம் சொன்னது சின்னராசுவை ஆழமாக அசைத்துவிட்டது. அப்படியென்றால், தாம் நிலக்கிழார் இல்லையா என்று அந்தரங்கமாக அதிருப்தியடைந்தான். டீக்கடை தினத்தந்தி பேப்பரில் பெருத்த முலைகளும் ஆழமான கிளிவேஜ்மாக இருந்த சினிமா விளம்பரத்தை அனிச்சையாகத் திருப்பித் திருப்பிச் சின்னராசு மூன்று முறை பார்த்ததை ராஜாராம் ஏற்கனவே கவனித்திருந்தான். கவனிக்கமாட்டானா அப்புறம்? சின்னராசு நாணயத்தின் ஒரு பக்கம் என்றால் ராஜாராம் இன்னொரு பக்கம். பெரிதாகச் சொத்து பத்து இல்லை அவனுக்கு. எப்படி இருக்கும்? அதன் மீது எந்த ஆசையும் கொள்ளாதவன் ராஜாராம். உடல் உழைப்பு மீது அவனுக்கு உவப்பிருந்ததில்லை. அதற்காக அவனொன்றும் குறைந்த நிலக்காரனும் இல்லை. அவனும் ஒரு வேலி நிலம் வைத்திருந்தவன்தான். கொஞ்சம் கொஞ்சமாக விற்றுத் தின்றான். குழந்தைகளை காண்வென்டில் போட்டான். ரெண்டு மகனும் உருப்படவில்லை என்றாலும் அது குறித்து அவனுக்குக் கொஞ்சமும் வருத்தம் இல்லை. நாம பண்ணுறத பண்ணிட்டோம், அவனவன் பொழப்ப அவனவன் பாத்துக்க போறான் என்று சொல்லிவிட்டுக் கடந்துவிட்டான். அவர்களும் எதோ ஒன்று செய்து பிழைப்பை ஓட்டுகிறார்கள். எப்போதாவது ராஜாராமை பைக் பின்னால் வைத்து டாஸ்மாக் வாசலில் இறக்கி விட்டுப் போவார்கள். இத்தனை மணிக்கு வாடா என்றால் வருவார்கள்தான். ஆனால் ராஜாராமுக்கு என்ன ஆளா இல்லை? சொத்துதான் இல்லையே தவிர சுக போக வாழ்க்கைக்கு ஒன்றும் குறைச்சல் இல்லை.

சொந்த நிலங்கள் கையை விட்டுப் போனதும்தான் புரோக்கிங்கில் இறங்கினான். சின்னச் சின்ன மனைகள் தான் இலக்கு. இன்றைய தேதியில் எப்போதும் பிஸியாக இருக்கும் புரோக்கர் அவன்தான். அதனால்தான் வாட்சப்பில் அழகிகளின் புகைப்படங்கள் தருவித்து, போய் புழங்கிவிட்டு வருபவனாக இருக்கிறான். இத்தனைக்கும் அவன்

பொண்டாட்டி இந்த வயதிலும் தளிர் போல இருக்கிறாள். அவளது கால் வெயிலில் படுவதற்கு இப்போதும் அவன் சம்மதிப்பதில்லை. அவளுக்குத் தேவையான எல்லாம் வீட்டிற்கு வந்துவிடும். அவள் வாக்கப்பட்டு வந்தபோது இருந்த பெரிய ஓட்டு வீடு கூரை வீடாகி, அது பிறகு முதலமைச்சர் வீடு கட்டும் திட்டத்தில் கட்டப்பட்டிருக்கும் ஒற்றை அறை வீடாக ஆன போதும் அவளுக்கு எந்தக் குறையும் இல்லை. அவளுக்கும் புருஷன் மீது இருந்த காதலில் குறைவு உண்டாகவில்லை.

அவனது பார்வை சின்னராசு மீது பட்டதுதான் ஊழ்வினை. சின்னராசு எப்படி இந்த ஏற்பாட்டுக்குச் சம்மதித்தான் என்பதும் புதிர்தான். புதிர் என்ன புதிர்? இப்படி அந்தரங்கமாக உடைத்துப் பேச ஆள் இல்லாமல்தானே சின்னராசும் வயல், வரப்பு, வாய்க்கால் என்று காலத்தைத் தொலைத்து விட்டான்.

“என்னடா சின்னராசு, சாமானை மிதக்க விட்டு வேடிக்கை பாத்துகிட்டிருக்கியா” என்று கேட்டுக்கொண்டே தொட்டியின் கைப்பிடியில் வந்து குந்தினான் ராஜாராம். அவனது உடையின் வெண்மை தளும்பிக்கொண்டிருக்கும் தொட்டி நீரில் வளைவுகளுடன் பிரதிபலித்தது.

“அடச்சீ வெக்கங்கெட்டவனே...” என்று கூச்சம் காட்டினான் சின்னராசு. மிதந்துகொண்டிருந்த கோமணத்தின் முன் பக்கப் பிணைப்பையும் விடுவித்து அதையும் உருவிப் பிழிந்து தொட்டில் கைப்பிடியில் போட்டுவிட்டு அப்படியே தொட்டியின் தரைத் தளத்தில் நிர்வாணமாக உட்கார்ந்த படி மீதி ஏற்பாடுகளையும் கேட்டு முடித்தான். ஏற்கனவே கேட்டிருந்த வடபாதிமங்களம் ஜமீன்தார் கதையையும் அப்போது சொன்னான் ராஜாராம். ரெட்டை மாட்டு வண்டி கட்டிக்கொண்டு போய் ஜமீன்தார் இறங்கும் வீட்டில் ஒருத்தி அவர் மடியில் தலைவைத்துப் படுத்திருக்க, இரண்டு பேர் அவர் எதிரே முற்றத்தில் ஆடும் நடனம் குறித்து ராஜாராம் விவரித்தது சிலிர்ப்பூட்டுவதாக இருந்தது. நீ எப்படி இப்ப தொட்டிக்குள்ள முண்டகட்டையா உக்காந்திருக்கியோ அப்படித்தான் அந்த ஜமீன் வெறும் தரையில உக்காந்திருப்பாராம். மிதமான சூட்டுல நல்லெண்ணெயை உள்ளங்கையில் எடுத்து ஒருத்தி அவரு

காலுக்கு நடுவுல பூசுவாளாம். அவன்தான் உண்மையான பண்ணையார் இல்லையாடா? வாழ்ந்திருக்கானுவோ என்ன...?

தண்ணீருக்குள் குறி நிமிர்ந்ததைக் கால்களுக்கடியில் மறைத்துக்கொண்டு கைகளால் தண்ணீரின் மேற்பரப்பை அலைந்துகொண்டிருந்தான் சின்னராசு.

பேசிக்கொண்டே மோட்டார் கொட்டகையின் உள்ளே நுழைந்தான் ராஜாராம். தொரட்டு ஓடுகளால் வேயப்பட்டு, விளிம்புகள் சிமென்ட் வைத்துப் பூசப்பட்டு, தண்ணீர் வெளியேறும் குழாயைச் சுற்றிலும் கூட மண் வைத்து வைத்துப் பூசப்பட்டு ஒளி புகா வண்ணம் அந்தரங்கமான அறையைப் போல இருந்தது அந்தக் கொட்டகை. ஒரே ஒரு ஓடு மட்டும் லேசாக விரிசல் விட்டிருந்தது. அது லேசாக உடைந்தால் உள்ளே கீற்று போல வெளிச்சம் வரும் என்று நினைத்தான் ராஜாராம். அந்த ஒரு ஓடு முழுதும் உடைந்தால் அறையில் வெளிச்சத்தில் நிறையும் என்று தோன்றியது.

அறையை விட்டு வெளியே வந்தவன், அடுத்த வாரம் ஞாயிற்றுக் கிழமை சரியா சாயந்திரம் அஞ்சு மணிக்குக் கிளம்புறோம் என்று மீண்டும் உறுதி செய்துகொண்டு கிளம்பினான். இந்தக் கோவணம் மசுறல்லாம் தூக்கி எறிஞ்சிட்டு ஒரு டவுசர வாங்கி மாட்டுடா, உன் மொவன் வயல்ல இறங்குறானே என்ன கோவணம் கட்டிகிட்டா இறங்குறான், என்று சிரித்துக்கொண்டே நடந்தான்.

அந்தச் சுபயோக சுபதினமும் வந்தது. அதை நினைக்குந்தோறும் வேட்டி உயர்ந்து சின்னராசுவுக்குச் சங்கடமாகப் போய்விட்டது. ஒரு மணி நேரத்துக்குப் பத்தாயிரம் ரூவாயாடா என்று மீண்டும் மீண்டும் கேட்டான். அட ஆமாண்டா, பிள்ளைய பாரு எப்படி இருக்குன்னு. கொஞ்சம் அழுத்தமா பிடிச்சிடாத கன்றிப் போயிடும் என்று பீதியூட்டினான் ராஜாராம். அவனது கைப்பேசியில்தான் புகைப்படங்களைக் காட்டினான். எதையுமே வேண்டாம் என்று சொல்ல முடியவில்லை சின்னராசுவுக்கு. ஒவ்வொன்றாக எல்லாவற்றையும் பார்த்துவிட வேண்டியதுதான் என்று சொல்லிக்கொண்டான். ச்சே... ச்சே... ஆசைக்கு ஒண்ணு பார்த்தோமா அதோட விட்டுடனும் என்று மனது எச்சரித்தது. பையன் வளர்ந்து காலேஜுக்குப் போய்ட்டான், இப்பதான் உனக்கு இளமை திரும்புதோ என்று கல்யாணியின் குரல்

கேட்பது போல பிரம்மை தட்டியது. ஆமாம், அவள்தான் எப்போதும் வேண்டாம் என்று சொன்னதில்லையே என்றும் நினைத்தான். அவளைத் தொட்டும் எத்தனை ஆண்டுகள் இருக்கும் என்று யோசிக்கையில் மலைப்பாக இருந்தது. இத்தனை ஆண்டுகள் வேறொரு உலகத்தில் இருந்துவிட்டது போலவும், திடீரென இப்போது ஒரு புதிய இடத்தில் குதித்து விட்டது போலவும் இருந்தது. ஏன் திடீரென்று இப்படி ஒரு ஆசை வந்தது என்று மீண்டும் மீண்டும் கேட்டுக்கொண்டான். குமிழியாக உருவாகி வந்த தர்க்கங்களை, சிறிய ஊதா நிறக் கண்களும், பெரிய முலைகளும் கொண்டிருந்த பெண்ணின் புகைப்படம் ஊதி ஒன்றுமில்லாமல் ஆக்கியது. அவளைத்தான் சின்னராசு தேர்ந்தெடுத்திருந்தான். முன்புறம், பின்புறம், பக்கவாட்டிலிருந்து எடுத்தது என்று அவளது விதவிதமான புகைப்படங்கள் இருந்தன. எல்லாவற்றிலும் அவள் அழகியாகத் தெரிந்தாள். மாசு மறுவற்ற உருண்டையான முகம். சிவப்பென்றால் அப்படி ஒரு சிவப்பு. இல்லை இல்லை சிவப்பா அது? மஞ்சள். மின்னும் பொன்னிற மஞ்சள். சரோஜாதேவிக்காவது முகத்தில் பரு இருக்கும். இவளிடம் எதுவும் இல்லை. தண்ணீர் ஓடும் வாய்க்கால் வரப்பில் சேற்றை அள்ளி வழித்துச் சமன்படுத்தியது போல இருக்கிறது அவளது முகம் என்று நினைத்தான்.

பஸ்ஸ்டாப்பில் நின்றுகொண்டிருந்த சின்னராசுவைத் தனது ஹீரோ ஹோண்டாவில் ராஜாராம் ஏற்றிக்கொண்டான். வண்டி பறந்தது.

“ஷேவிங்லாம் பண்ணிருக்க போல, புது வேட்டி சட்டை வேற....”

“நீ ரோட்டை பாத்து வண்டியை ஓட்டுடா....”

ஹீரோ ஹோண்டவை ஊருக்கு வெளியே புறவழிச் சாலையின் வெளிப்புற விளிம்பில் கொண்டு போய் நிறுத்தினான் ராஜாராம். பத்து நிமிட காத்திருப்பிற்குப் பிறகு ஒரு மாருதி ஆம்னி வந்து ஹீரோ ஹோண்டாவுக்கு இருபது அடி தூரத்தில் நின்றது. அதிலிருந்து ஒருவன் மட்டும் இறங்கி வந்தான். வந்தவன் ராஜாராமைப் பார்த்து ஸ்நேகமாகச் சிரித்தான்.

ஏய், நீ பாத்த பொண்ணு வண்டியிலதான் குந்தியிருக்கு. போயி பாத்துட்டுச் சொல்லு, இல்ல வேற பொண்ணு

வேணும்னாலும் சரிதான். வண்டியில மூணு பிள்ளைக இருக்கு என்றான் ராஜாராம். "நாலு பேரு இருக்காங்க" என்றான் வந்தவன்.

தயக்கத்துடனும் கிளுகிளுப்புடனும் சின்னராசு வண்டியை நெருங்கிப் பார்த்தான். அவனது சரோஜா தேவி நடுவில் குந்தியிருந்தாள். போட்டோவில் பார்த்ததை விட இன்னும் குண்டாக இருந்தாள். முலைகள் அதைவிடப் பெருசாக இருந்தன. கல்யாணத்துக்குப் பெண் பார்த்துவிட்டு வருபவன் போல கூச்சத்துடன் திரும்ப வந்து, அதுவே நல்லாருக்குடா என்றான்.

வழக்கமான ஏற்பாடுகள் மளமளவென நடந்து முடிந்தன. சின்னராசு அந்த விடுதியின் கடைசி அறைக் கதவைத் திறந்து உள்ளே போகையில் அந்தப் பெண் கட்டிலின் மீது குத்துக்காலிட்டு உட்கார்ந்திருந்தாள்.

"ஹேய ப்ளீஸ் கம்..." என்று அழைத்தபடி உள்ளங்கையால் மெத்தையில் தட்டி இங்கு வந்து உட்கார் என்பது போல சைகை காட்டினாள்.

சின்னராசு போய் அவள் அருகில் குந்தினான். அவளுக்கு நெருக்கமாக உட்காரும்போதுதான், தான் எவ்வளவு கருப்பாக இருக்கிறோம் என்று அவனுக்குத் தெரிந்தது. அவளது ஒரு கையை எடுத்து தன் உள்ளங்கைக்குள் வைத்துப் பொத்தினான். மாந்தளிரைப் போல அது அவ்வளவு மென்மையாக இருந்தது. அவனது கையின் சொரசொரப்புக்கு அது ஈடுகொடுக்குமா என்று சந்தேகமாக இருந்தது. அவள் எழுந்து போய் அறையின் கதவைத் தாழ்ப்பாளிட்டு வந்து உடைகளைக் களைந்தாள். சின்னராசு நன்றாக நகர்ந்து கட்டிலில் சாய்ந்து உட்கார்ந்துகொண்டான். அவள் முழு நிர்வாணமாக வந்து சின்னராசுவின் நெஞ்சில் சாய்ந்து கொண்டு அவனது சட்டையின் பித்தான்களைக் கழட்டத் துவங்கினாள். சின்னராசு அவளது முலைகளைப் பற்றினான். புறாவை வருடிக் கொடுப்பது போல மென்மையாக இருந்தது. எப்படிக் கலவி புரிவது என்பதை மறந்துவிட்டவனைப் போல திகைத்து, இப்போது கைகளை எங்கு கொண்டு செல்வது என்று தடுமாறினான். அவள் சின்னராசுவின் கையை எடுத்து தனது தொடை இடுக்கில் வைத்துக்கொண்டாள். சின்னராசுக்கு வெதுவெதுப்பாக இருந்தது.

"உனக்குப் பாடத் தெரியுமா…" என்று கேட்டான்.

"க்யா…?"

"யூ நோ ஸிங்கிங்…?"

"நோ…!"

"டான்ஸிங்…?"

"நோ…!"

"யூ நோ ஐயாம் லேண்ட் லார்ட்…?"

அவள் அதற்கும் நோ என்று பதில் சொன்னது சின்னராசுக்கு அதிருப்தியாகத்தான் இருந்தது. ஆனால் வெற்று மார்பில் அவளது முலைக் காம்புகள் உரசுவது ஆறுதலாக இருந்தது.

- உயிர்மை, ஏப்ரல் 2022

◉

கேன்வாஸ்

அந்தத் தெருமுனையில் மிகவும் இருட்டாக இருந்தது. அங்கிருந்து பார்க்கையில் தெருவின் மத்தியில் மட்டும் மஞ்சளாகக் கொஞ்சம் வெளிச்சம் இருந்தது. தூசுகளை ஊடுருவியபடி தரையை நோக்கிக் கசியும் மங்கலான ஒளி மீதி இடங்களைப் புராதன காலத்தை நோக்கி நகர்த்திவிட்டிருந்தது. சாலையில் எப்போதாவது செல்லும் லாரிகளின் முகப்பு வெளிச்சம் தவிர வேறு அரவம் இல்லை. கனரக வாகனங்கள் செல்லும்போது தெரு முனகுகிறது. அவ்வளவு அலுப்பு. வாலைப்போல நீளும் தெரு தனது தலையைத் தூக்கி, எரிந்துகொண்டிருந்த மற்ற தெருவிளக்குகளை ஊதி அணைத்திருக்கவேண்டும். இப்படியான கற்பனை, தெருமுனையில் அந்தத் தெருவையும் பிரதான சாலையையும் பிரித்தபடி ஓடிக்கொண்டிருந்த வாய்க்கால் மதுகில் குந்தியிருந்த முரளிதரனைச் சிலிர்க்கச் செய்தது. சாலைக்கு இணையாக அதன் ஓரத்தில் ஓடிக்கொண்டிருக்கும் வாய்க்கால், அதோ தூரத்தில் பனி மூட்டமாகத் தெரியும் மலையில் எங்கிருந்தோ தொடங்குகிறது. ஒவ்வொரு தெருவின் முனையிலும் சிறிய சிமெண்ட் பாலமும் அதன் இருபுறமும் முட்டி வரை உயரமுள்ள அதை விடச் சிறிய இரண்டு மதகுகளும் இருந்தன. அவற்றில் ஒரு மதகில்தான் முரளிதரன் உட்கார்ந்திருந்தான்.

எரியும் அந்த ஒற்றை விளக்கு ஒரே நேரத்தில் ஆசுவாசமாகவும் தொந்தரவாகவும் இருந்தது. அதையும் அணைத்துவிட்டால் அப்பகுதி முழுக்கவும் இருட்டுதான். சில குடிசைகளும் தென்பட்டன. வீடுகளின் கட்டுமானத்திற்காகப் போடப்பட்ட தற்காலிகக் குடில்கள். மற்றவை அனைத்தும் நல்ல வசதியான பெரிய வீடுகளாக இருந்தன. வீடுகளின் உள்ளே இருந்து வெளிச்சம் வெளியே கசியவில்லை. எதற்காக மதில் சுவர்களில் இருக்கும் விளக்குகளைக் கூட அணைத்துவிடுகிறார்கள்? வீட்டின் உட்புறம், ஒரு இரவு விளக்கைக் கூட ஒளிரச் செய்யமாட்டார்களா என்ன? விளக்குகள் எரியக்கூடும்! சன்னல்களை இறுக்கமாக மூடியிருப்பதால் வெளிச்சம் கசியவில்லை. போதாததற்கு, சன்னலில் தொங்கும் கனமான திரைச் சீலைகள் ஒவ்வொரு வீட்டையும் தனித் தனி தீவுகளாக்கி வைத்திருக்கின்றன.

அந்த மதுகில் வந்து குந்துவதற்கு முன்பு தெருவின் கடைசிவரை நடந்து போய்விட்டு வந்திருந்தான் முரளிதரன். தெருக்கடைசியில் அமர இடம் இருந்திருந்தால் அங்கேயே இருந்திருப்பான். அவ்வப்போது கிளம்பும் வாகன இரைச்சலின் தொந்தரவிலிருந்து தற்காத்துக் கொண்டிருக்கலாம். ஆனால் அந்தக் குறுக்கீடு மட்டும்தான் புற உலகோடு அவனைப் பிணைத்திருக்கும் கண்ணியாக இருக்கிறது. இல்லையென்றால் அந்தப் புராதனத்தில் அவனும் ஒரு சுவரோவியமாகப் பதிந்து போயிருக்கக்கூடும்.

அந்தத் தெருவே ஒரு பெரிய கேன்வாஸில் வரையப்பட்ட ஓவியம் போலத்தான் இருக்கிறது. கரிய நிழல்கள் அந்த ஓவியத்தை அமானுஷ்யமாக மாற்றியிருந்தன. அந்த வண்ணங்களுக்கு மத்தியில் நிறைய உருவங்கள் மறைத்து வைக்கப்பட்டிருப்பது போலவும், அந்தக் கட்டிடங்கள் அவற்றின் மீது போர்த்தப்பட்டிருக்கும் பனிப்போர்வை போலவும் இருந்தன. தூரத்தில் தெரியும் மலையில், மரச்செறிவின் உள்ளே அலையும் விலங்குகளைப் போல அங்கு சித்திரங்கள் தூங்கிக்கொண்டிருக்கின்றனவா? வீடுகளின் உள்ளே ஆட்கள் எதுவும் இருக்கிறார்களா?

கிட்டத்தட்ட இரண்டு இரவும் இரண்டு பகலும் பயணித்து மூன்றாவது இரவின் நடு சாமத்தில் அந்தப் பகுதியைக் கடந்துகொண்டிருந்தான் முரளிதரன்.

லாரி ஓட்டுனருடன் நிகழ்ந்த சிறிய உரையாடல், அவனை இப்போது இந்த மதுகில் குந்த வைத்திருக்கிறது.

"நீ இறங்கிக்க தம்பி, இதுக்கு மேல உன்னைக் கூட்டிட்டு போகமுடியாது" என்று சன்னமான குரலில் சொல்லிக்கொண்டே வண்டியை ஓரம் கட்டினான் அந்த டிரைவர்.

"என்னண்ணே இங்க இறங்க சொல்றீங்க, இது எந்த ஊர்னே தெரியல..."

"தெரிஞ்சா மட்டும்...?"

"ரொம்ப குளிருதுண்ணே...!"

சில விநாடிகள் அமைதி. லாரி ஓட்டுநர் ஸ்டியரிங்கைப் பிடித்தபடி இறுக்கமாகக் காத்திருந்தான்.

"இறங்கு..."

இப்போது மெல்லிய உறுமல் போல வெளிப்பட்டது அவனது குரல்.

முரளிதரன் கதவைத் திறந்து, உடலைத் திருப்பியபடி, பொந்தைப் போல இருந்த படியில் கால் வைத்துக் கீழே இறங்கினான். இறங்கி உறுதியாக நிற்பதற்குள் லாரி கிளம்பிவிட்டது. கையில் வைத்திருந்த பையைத் தலைக்கு மேலே இருந்த படுக்கையில் வைத்திருந்ததும், அதை எடுக்க மறந்துவிட்டதும் வண்டி கண்ணை விட்டு மறைந்த பிறகுதான் ஞாபகத்துக்கு வந்தது. அதில் கொஞ்சம் பணம் இருந்தது. சில சான்றிதழ்கள் இருந்தன. இரண்டு செட் மாற்று உடைகள் இருந்தன. ஒரு பல் துலக்கும் பிரஷும் பற்பசையும் இருந்தது. பிறகு இன்னும் பிரிக்கப்படாத ஒரு கடிதம் இருந்தது.

இறங்கி நின்ற இடம் வெட்ட வெளியாக இருந்தது. சாலையில் வந்த லாரியின் ஒளி வீச்சில்தான் அது வயல்வெளி என்று தெரிந்தது. சாலையைக் கடந்து மறுபக்கம் வரவும் அங்கு ஒரு தெரு இருப்பதும், அது மிகவும் நீண்டு உட்பக்கமாய் போவதும் தெரிந்தது. மதகைக் கடந்து நடந்தான். குறிப்பாகச் செய்ய எதுவுமில்லாத போது நடப்பதற்கோ, நிற்பதற்கோ இலக்கில்லை. பொறுமையாக, ஒவ்வொரு வீடாகப் பார்த்துக்கொண்டே நடந்தான். ஐம்பதிற்கு மேற்பட்ட

வீடுகளைக் கடந்தபோது தெரு முடிந்திருந்தது. பிறகு நீண்ட வயல்வெளியாக இருந்தது. வெளிச்சம் இல்லாவிட்டாலும், இறங்கிய இடத்தில் உணர்ந்ததைப் போன்ற அதே வாசனை, அதுவும் வயலாகத்தான் இருக்கும் என்ற எண்ணத்தை ஏற்படுத்தியது.

திரும்பி மீண்டும் நடந்து தெருவின் மத்தியில் எரிந்துகொண்டிருந்த ஒற்றை விளக்கு வெளிச்சத்தின் அடியில் கொஞ்ச நேரம் நின்றான். காலுக்கடியில் நீண்ட நிழல் விழுந்து இருட்டை நோக்கி நீண்டது. மண்டை சப்பட்டையாக நவீன ஓவியம் போல தெருவில் பதிந்தது. அந்த விளக்கு தெருவுக்கு இடதுபுறமாக இருந்தது. அதையொட்டி இருந்த வீட்டின் மதிற்சுவரில் பச்சை வர்ணம் பூசப்பட்டிருந்தது. அம்மஞ்சள் ஒளியில் அந்தப் பச்சை வண்ணம், நீலம் போலவும் கருப்பு போலவும் மாறி மாறித் தோற்றமளிக்கிறது. அதற்கு எதிர்ப்புற வீட்டில், மஞ்சள் வண்ண காம்பவுண்ட். சோம்பலாக ஒளிர்ந்தது. அண்டை வீடுகள், பாதி வெளியிலும் மீதி தண்ணீரிலுமாக அமிழ்த்தி வைக்கப்பட்டவை போல இருந்தன. அதன் நடுவேதான் அவனது வளைந்த நிழல் தரையில் நெளிந்துகொண்டிருந்தது. அதை உற்று நோக்கியபடி கொஞ்ச நேரம் அங்கேயே நின்றான்.

மனித நடமாட்டமே இல்லை. ஒரு கணம் அந்தத் தெருவின் உறுப்பாகவே தானும் மாறிவிட்டதாக அவனுக்குத் தோன்றியது. விசித்திரமாக அந்த பிராந்தியத்தில் நாய்கள் கூட இல்லை. எல்லாக் கதவுகளும் கொண்டி போட்டு அடைக்கப்பட்டிருப்பதால், அவை அந்தத் தெருவைத் துறந்து புதிய கட்டுமானங்கள் நடக்கும் கட்டிடத்தின் உள்ளே போய் உடலைச் சுருட்டிக்கொண்டு படுத்திருக்கக்கூடும்.

திடீரென்று, ஜீவராசிகள் இல்லாத, வெறும் கட்டிடங்கள் மட்டும் இருக்கும் கைவிடப்பட்ட இடத்தில் தாம் நின்றுகொண்டிருக்கிறோம் எனும் நினைப்பு வந்தது. தலையை உதறினான். அவனது நிழலில் அசைவே இல்லை. சிறிய உதறல்களுக்கு நிழல் வினை புரிவதில்லை. காலடியில் இருக்கும் நிழல் கொஞ்சமாவது அசைய வேண்டும் என்றால், உடலை அந்த இடத்திலிருந்து நகர்த்த வேண்டியிருக்கிறது. இரண்டு பங்கு அசைவையே ஒரு பங்கு நிழல் எதிரொலிக்கிறது. அவனுக்கு சோர்வாக இருந்தது. அண்ணாந்து, தெருவின் இரண்டு புறமும் அந்த விளக்கின் ஒளியில் இருக்கும்

வீடுகளின் மாடியைப் பார்த்தான். பிரமாண்டமான வீடுகள்தான். தரையில் படர்ந்திருந்த அளவுக்கு மாடியின் முகப்பைத் தெருவிளக்கின் ஒளி நிறைக்கவில்லை. இரண்டு வீட்டிலும் ஒவ்வொரு அறை மட்டும் கண்ணுக்குத் தெரிந்தது. அந்த அறைகளில் கண்ணாடி சன்னல்கள் இருந்தன. அதன் மீது தெருவிளக்கின் வெளிச்சம் பட்டு எதிரொலிப்பதால் அவ்வறைகள் கண்ணுக்குத் தெரிகின்றன.

அந்தப் பிராந்தியத்தில் வேறு எதுவுமே இல்லாதது போல, அவ்விரண்டு அறைகளுக்கு மத்தியில் அந்த விளக்கு வெளிச்சத்தின் மத்தியில் தாம் மட்டுமே நிற்பது போல, அந்த அறைகள் தமது தலைக்கு மேலே இருத்தி வைக்கப்பட்டிருப்பது போல, குனிந்து நோக்குகையில் அவன் நிழல் மட்டுமே அவனது கால்களைத் தரையோடு பிணைத்திருப்பது போல அமானுஷ்யமான இருக்கிறது. கனவு போல இருக்கிறது.

தூரத்தில் தெரியும் சாலையில் அப்போது வாகனங்கள் எதுவும் செல்லவில்லை. ஒளி இல்லை. ஒலி இல்லை. நாய்களின் மூச்சிரைப்பில்லை. ரீங்காரமிடும் வண்டுகள் இல்லை. குளிர்கிறது. மேலிருந்து மஞ்சள் ஒளி தலைமீது கசிகிறது. தான் ஒரு இலையைப் போல எடையற்று மரத்தடியில் கிடப்பதான எண்ணம் வந்தபோது அவனுக்கு அந்த நிழல் தொலைந்தால் தேவலை என்று இருந்தது.

நிழல் கனக்கிறது. பிசினைப் போல நிலத்தோடு கால்களைப் பிணைக்கிறது. இரும்பு குண்டுகளைப் போல அவை கனமாக இருக்கின்றன. நிழலை உதறுவதற்கு இயலவில்லை. அந்நிழலை அப்புறப்படுத்தவேண்டும் என்றால், தலைக்கு மேலே தெரியும் அம்மஞ்சள் ஒளி, இரண்டு அறைகளின் கண்ணாடி பிரதிபலிப்பு எல்லாவற்றையும் இழக்கவேண்டியிருக்கும். யோசித்துக்கொண்டிருக்கையில் திடீரென்று நிழல் மறைந்தது. இரும்பு குண்டுகளின் பளு குறைந்துவிட்டது. முழு இருட்டு கவிந்தது. தெரு விளக்கு அணைந்து போயிருந்தது. அவனுக்கு மிதப்பது போல இருக்கிறது. அதே சமயம், பற்றிக்கொண்டிருந்த பிடி சடாரென்று நழுவியது போலவும், தாம் இழக்கக்கூடாத ஒன்றை இழந்துவிட்டது போலவும் உடல் நடுங்கியது.

தலையை உயர்த்திப் பார்த்தான். மாடியில் தெரிந்த அறைகளைக் காணோம். மறைந்துபோன ஒளி, அவ்வறைகளையும் தன்னுடன் எடுத்துப்போயிருந்தது. தலையைத் தாழ்த்துவதற்கு மனமில்லாமல் அண்ணாந்தபடியே நின்றுகொண்டிருந்தான்.

அப்போதுதான் ஒரு அறை, சூன்யத்திலிருந்து மெல்ல உருப்பெறுவது போல, கண்ணுக்குப் புலப்படத் தொடங்கியது. சிறிய வெளிச்சம். உள்ளிருந்து யாரோ விளக்கைப் போடுகிறார்கள். சன்னல் கண்ணாடிகள் ஒளிர்ந்தன. அக்கண்ணாடிகளில் துண்டு துண்டாக நிறைய வண்ணங்கள் இருந்தன. சன்னலின் ஒரு கதவு மட்டும் அசைகிறது. திரைச்சீலைக்குப் பின்னாலிருந்து ஒரு கரம் சன்னல் கதவைத் தள்ளுவது தெரிந்தது. திரைக்குப் பின்னே நிழலாக ஓர் உருவம் அசைகிறது. ஆனால் அவ்வுருவம் திரையை முழுவதுமாக விலக்கவில்லை. அக்காட்சி, வரைந்த ஓவியத்தின் மீது வேறொரு வண்ணத்தை வைத்து ஒற்றியது போல இருந்தது. அறையிலிருந்து கசிந்த ஒளி தெருவை எட்டியதும், தெருவுக்கும் சன்னலுக்கும் தொடர்பு ஏற்பட்டது போல இருந்தது. உள்ளிருக்கும் உருவம் அந்த ஒளிக் கற்றையை ஒரு கயிறாகப் பாவித்து, கீழே கிடக்கும் வீதியைச் சன்னலை நோக்கி இழுப்பது போலவும் இருந்தது. கேன்வாஸாக தோற்றம் கொள்ளும் அந்தத் தெருவிலிருந்து, அதில் வரையப்பட்ட ஓவியமொன்று எழுந்து நிற்பதைப் போல, முரளிதரன் அங்கு நிற்பது அந்தச் சன்னல் உருவத்திற்குத் தெரிந்திருக்கவேண்டும்.

முரளிதரன் கண்களைக் குவித்து அப்புதிய ஒளிச் சூழலுக்குப் பழக முயன்றான். குழப்பமாக இருந்தது. அப்போது அந்த ஓவியத்தின் பாத்திரங்கள் இடம் மாறியிருந்தன. குலைந்து போகாவிட்டாலும் அவை அடுக்கப்பட்டிருந்த விதத்தில் ஒரு சிறிய மாற்றம் வந்துவிட்டது. அந்தச் சன்னல் வெளிச்சம் ஓவியத்துக்குப் புதிய அர்த்தத்தைத் தருகிறது. சன்னல் விளக்கொளி இல்லாமல் ஆகவேண்டும் என்று முரளிதரன் நினைத்தான். நிலைபெற்றுவிட்ட ஓவியத்தின் உள்ளே வந்து ஒரு புதிய அர்த்தத்தை அது ஸ்தாபிப்பது தொந்தரவாக இருந்தது. ஒரே நேரத்தில் பல வண்ணங்கள் மாறி மாறி ஓவியத்தின் தன்மையைக் கலைத்துக் கலைத்து அடுக்குகின்றன. அதன் சாத்தியங்கள் எல்லையற்று பெருகுவதால், அவை

ஒவ்வொன்றையும் முரளிதரனால் பின்பற்றிச் செல்ல முடியவில்லை. பல்வேறு வண்ணப் பூக்கள் கொண்ட பெரிய தோட்டத்தில், நிறைய வண்ணத்துப் பூச்சிகள் பெரிய பெரிய சிறகுகளுடன் பறந்து மலர்களில் மாறி மாறி அமர்வது போல வர்ண ஜாலம். வானில் நிறைய நட்சத்திரங்கள் இருக்கின்றன. ஒவ்வொரு வண்ணத்துப் பூச்சியையும் ஒரு தனித்த ஓவியமாக, பிறகு அவற்றையொரு ஒற்றை ஓவியமாக உருவகிக்கையில் வானம் ஒரு பெரிய கேன்வாசை போல உருக்கொண்டது. விதவிதமான அத்தனை வண்ணங்களையும் நினைவில் ஏற்றுகையில் மண்டை கனத்தது. அதன் ஏகாந்த சுமை தாளாமல் முரளிதரன் தள்ளாடினான் .

இப்போது சாலை விளக்குக்கு உயிர் வந்துவிட்டது அவனது நிழல் மீண்டும் அதே அளவில் சாலையில் படர்கிறது. அண்ணாந்து பார்த்தான். தெரு விளக்கின் ஒளி வரட்டும் என்று காத்திருந்தது போல அந்தக் கரம் நீண்டு சன்னல் கதவை மூடிக்கொண்டது. அம்மஞ்சள் வெளிச்சத்தில் அந்தக் கைகளை முரளிதரன் பார்த்தான். பெண்ணுடையவைதான். அதில் வளையல்கள் ஒளிர்ந்தன. சில வினாடிகளில் கதவு மூடப்பட்டு விளக்கு அணைக்கப்பட்டது. சன்னலின் வெளிப்புற கண்ணாடி மங்கலான வெள்ளையில் ஒளிரத் தொடங்கியிருந்தது. முரளிதரன் நடந்து வந்து மீண்டும் மதகில் உட்கார்ந்தான். இரண்டு கால்களுக்கிடையில் ஒரு கையைத் தொங்கவிட்டு, இன்னொரு கையால் மோவாயில் முட்டுக்கொடுத்தபடி மெல்லிய நடுக்கத்துடன் உட்கார்ந்திருந்தான். குளிர், அழுத்தமான நிழலைப் போல அவன் மீது கவிந்து இறுக்கியது.

தெரு விளக்கு நின்றதும் எப்படி மாடி அறையின் விளக்கு உடனே ஒளிர்ந்தது? தெருவிளக்கின் ஒளியைப் பருகியபடி நடமாட்டமே இல்லாத அத்தெருவை நோக்கி அந்த அறையில் அப்பெண் உட்கார்ந்திருக்கிறாளா? முரளிதரனுக்குக் குழப்பமாக இருந்தது. தர்க்கங்கள் ஒன்றன் மீது ஒன்றாக வந்து அமர்ந்தன. துலக்கமான விவாதங்கள் எழுந்தன. ஆனால் தர்க்கங்கள் இவ்வளவு விரைவாகத் தோன்றுவதும், இதுதான் கேள்வி, இதற்கான பதில் இதுதான் என்று ஒழுங்குடன் அவை வெளிப்படுவதும் அவனுக்கு ஆச்சர்யமாக இருந்தது.

இப்படி ஒன்றுடன் ஒன்று தொடர்புறுத்தி யோசிப்பதை மறந்து எத்தனை வருடங்கள் இருக்கும்? மூன்றா, ஐந்தா,

இன்னும் அதிக வருடங்களா...? மேகலா இறந்த பிறகுதான் இந்தச் சிதறல். இதற்கு மேல் உன்னைச் சகிக்க இயலாது என்று அம்மா, அப்பா, அண்ணன் என ஒவ்வொருவராக விலகிக்கொண்ட பின்புதான் தானும் தர்க்கங்களிலிருந்து முழுவதும் வெளியேறியதாக முரளிதரன் நினைத்தான்.

இப்போது மெலிதாகக் காற்றடிக்கிறது. மல்லிகையை ஒத்த துண்டு துண்டான பனிக்கட்டிகளைக் கொண்டு வந்து சரீரத்தின் மீது தூவுவது போல குளிர் அவனது உடலில் மோதுகிறது. பற்கள் நடுங்கின. அதே சமயம் மனதின் ஓரத்தில் வெம்மை பரவுகிறது. முரளிதரனின் அண்ணன் வந்து பைபாஸ் ரோட்டில் ஒரு லாரியில் ஏற்றி விட்டு ஓட்டுனரிடம் கொஞ்சம் பணமும் அவனிடம் கைப்பையில் கொஞ்சம் பணமும் வைத்து விட்டு லாரி கிளம்புவதற்கு முன்னால் பைக்கை எடுத்துக்கொண்டு அவ்விடத்தை விட்டு நீங்கியது அவனுக்கு நினைவுக்கு வந்தது. பனி படர்ந்த கண்ணாடியை உலர்ந்த ஆடையால் துடைப்பது போல பளிச்சென்று இருக்கிறது. ஒன்றை இன்னொன்றோடு தொடர்புபடுத்திக் கோர்வையாக யோசிக்க முடிகிறது.

இதைத்தான் சில வருடங்கள் செய்யாமல் விட்டுவிட்டானா? மறந்துவிட்டானா? அதனால்தான் அதிருப்தியடைந்தார்களா? அவர்கள் குழம்பிவிட்டார்களா? அவனது அண்ணன் கொண்டுவந்து அவனை லாரியில் ஏற்றிவிட்டபோது கூட, முரளிதரன் தன்னை ஒரு ஓவியத்தின் பாத்திரமாகவே எண்ணிக்கொண்டது இப்போது அவனுக்கு நினைவுக்கு வந்தது.

அன்று அது அந்தி கவியும் நேரமாக இருந்தது. அதுவொரு கரிய தார்ச்சாலை. தூரத்தில் ஒரு லாரி தென்பட்டபோது அந்த வாகனம் ஒரு மஞ்சள் பொட்டு போலவே முதலில் தோன்றியது. பிறகு அம்மஞ்சள் வளர்ந்தது. கரிய சாலை சுருங்கச் சுருங்க மஞ்சள் அதன் மீது பெரிதாகப் பரவியது. அதன் பின்புலத்தில் ஆரஞ்சு வண்ணம். மீதி இடமெல்லாம் படரத் தொடங்கியிருக்கும் ராத்திரியின் இருட்டு. வாசமில்லாத கரும்புகையைப் போன்ற, அலையும் இருட்டு. மனதில் விரியும் அந்த கேன்வாஸில் தன்னையும் அண்ணனையும் பொருத்தி வைத்துப் பார்த்தான் முரளிதரன். பொருட்படுத்த முடியாத அளவுக்குத் தாம் எவ்வளவு சிறிதாக இருக்கிறது என்று சைகையில் அவனிடம் சொல்ல முயன்றான்.

அவன் திரும்பிப் பார்க்கவில்லை. மனதில் தோன்றும் அத்தனையையும் சொற்களே இல்லாமல் சொன்னால் எப்படிப் புரியும்? அதனால்தான் யாருக்கும் புரியவில்லையோ என்னவோ. எல்லாவற்றையும் ஓவியமாகப் பார்க்கும் ஒரு பைத்தியக்காரனை வைத்துக்கொண்டு என்ன செய்யமுடியும் என்றுதான் அந்த லாரியில் தன்னை ஏற்றி விட்டிருக்கவேண்டும் என்று முரளிதரன் நினைத்தான்.

என்ன நடந்திருக்கக்கூடும் என்று முரளிதரன் புரிந்துகொள்ள பிரயத்தனப்பட்டான். எங்காவது கண்காணாத தேசத்தில் இவனை இறக்கி விட்டு விடுங்கள் என்று அவன் ஓட்டுநரிடம் சொல்லியிருக்கவேண்டும். ஆனால் அந்த லாரி ஒரு பெரிய கேன்வாஸில் ஊர்ந்துகொண்டிருக்கும் ஒரு எறும்பு மட்டுமே என்று முரளிதரன் உணர்ந்ததை அந்த ஓட்டுனரிடம் அவன் சொல்லியிருக்கவேண்டியதில்லை. அது எப்போது வேண்டுமானாலும் அந்த ஓவியத்திலிருந்து உதிர்ந்து கீழே விழுந்துவிடும் என்று சொன்னதை, விபத்தில் அவன் இறந்துவிடுவான் என்று சொன்னதாக அவன் புரிந்துகொண்டுவிட்டான். தீய சகுனம் என்று நினைத்து அவன் பதறியதால்தான் வண்டியை உடனே ஓரங்கட்டி நிறுத்தினான். இரண்டு இரவுகள் இரண்டு பகல்கள் ஒரு வார்த்தை கூட பேசாமல் புறத்தே வெறித்துப் பார்த்துக்கொண்டே வரும் ஒருவன் எதற்காக நம்மை எறும்பு என்கிறான், உதிர்ந்து விடுவாய் என்கிறான் என்பது அவனைப் பீதியுறச் செய்துவிட்டது. முரளிதரனிடம் ஏதோ அமானுஷ்யம் இருக்கிறது என்று அவன் பயந்திருக்கவேண்டும். எல்லாவற்றையும் ஓவியமாகப் பார்க்கையில், பயணித்துக்கொண்டே இருக்கையில், ஒரே கேன்வாஸ் மீண்டும் வேறு இடத்தில் வெளிப்படுவது போல முரளிக்குத் தோன்றியது.

ஒவ்வொன்றும் தனித்தனியானது இல்லையா? இல்லை. நிறைய கேன்வாஸ்கள் இருக்கின்றன. அனால் ஒத்த கேன்வாஸ்கள் அதன் நடுவே இடம் மாற்றி வைக்கப்பட்டிருக்கின்றன. பயணத்தின் போது மட்டுமே அது புரிகிறது என்று குழம்பினான். இரண்டு மலைகளை பல ஆறுகளைச் சில சமவெளிகளைக் கடந்து வந்தபிறகு, தான் தேடிக்கொண்டிருந்த கேன்வாசை கண்டுகொண்டோமோ என்று முரளிதரன் நினைத்தான். அதுதான் அவனை ஓட்டுனரிடம் அப்படிப் பேச வைத்ததா? மனதில் தோன்றுவதை அவன் சொற்களால்

வெளிப்படுத்தி எத்தனை ஆண்டுகளாகிறது. மேகலா சிதையில் எரியும்போதும் அப்படித்தான் அந்தியாக இருந்தது. சிதையைச் சுற்றி வந்து தட்டில் இருந்த கூடத்தை அவள் மீது அடுக்கப்பட்டிருந்த வரட்டியில் போட்டபோது அப்படித்தான் மஞ்சளாக அது எரிந்தது. அப்போதும் ஆரஞ்சு வண்ண வானம்தான் சிதைக்குப் பின்னால் இருந்தது. பக்கத்தில் ஓடிய ஆற்றில் மூழ்கி எழுந்ததால் இப்போது இருப்பது போல அப்போதும் குளிர் வாட்டியது. மேகலா இறந்து போனது அவனுக்கும் வருத்தம்தான் என்பதை யாரும் நம்பவில்லை. அவள் தற்கொலை செய்துகொள்ளாமல் இருந்திருந்தால், ஏதேனும் நோயில் இறந்திருந்தால், அவன் அவளைக் காதலித்தான் என்பதை எல்லாரும் நம்பியிருப்பார்கள். ஆனால் அவளை அவன் ஒரு வண்ணமாக உருவகித்து வைத்திருந்தான். காலை வெயிலில் ஒரு வண்ணமாகவும், அந்தி மயங்குகையில் இன்னொரு வண்ணமாகவும் மாற்றிச் மாற்றி அவளைக் கற்பனை செய்துகொண்டிருந்தான். ஆனால் விளக்குகள் அணைந்த இருட்டில், அவர்களது தனியறையில் அவன் அவளை இருட்டின் வண்ணமாக நினைத்து மறந்துவிட்டான். அவளது இருப்பை இருட்டின் இருப்பாக, வண்ணமின்மையின் இருப்பாக மாற்றி சமைத்துவிட்டான். அவள் கொழுந்துவிட்டு எரிந்திருக்க வேண்டும். இருளின் கரிய ஜ்வாலை. அந்த அறை தனலால் நிறைந்திருக்கவேண்டும். அவன் தனது வண்ணங்களின் சாந்தில் சிக்கிக்கொண்டு கிடக்கையில் அவள் தன்னை எரித்துக்கொண்டிருக்கவேண்டும். அந்த வண்ணங்களின் சிறையில் இருந்து அவனை மீட்பதற்குத்தான் அவள் தன்னை எரித்துக்கொண்டாளா என்று அவனுக்குக் குழப்பமாக இருந்தது. அவளது சிதை அவனுக்கு ஒரு விசித்திர ஓவியமாக இருந்தது. அவளது நெற்றியில் இருந்த பொட்டு கூட ஒளிரும் சிவப்புடன் சூரியனின் ஆரஞ்சு வண்ணத்தைப் போல இருந்தது அவனுக்கு.

எல்லோரும் கூடியிருந்த ஒரு நாள் இந்த வண்ணச் சேர்க்கையின் அழகை அவன் பரவசத்துடன் சொன்னான். அவன் முகம் நெருப்பைப் போல ஒளிர்வது அவனுக்கே தெரியும் அளவுக்கு அவன் ஒளியோடு இருந்தான். அவன் கைகளின் அசைவில், கூத்தின் பாவம் கூடியது. அப்போதுதான் அவர்கள் லாரியில் ஏற்றி கண்காணாத இடத்துக்கு அனுப்பிவிடுவது பற்றித் தீர்மானித்திருக்கவேண்டும்!

முரளிதரன் இப்போது ஒரு புதிய வண்ணத்தின் முன்னால் நின்றிருந்தான். எந்தக் குழப்பமும் இல்லை. கருப்புக்கும் வெள்ளைக்கும் வேறுபாடு இல்லை. வண்ணம். அது மட்டுமே. இந்த மதகில் குந்திக்கொண்டு தெருவை உற்று நோக்குகையில், எல்லா விளக்குகளும் எரிவது போல, எல்லா வீட்டிலும் வெளிச்சம் இருப்பது போல கண் கூசியது. ஆழத்தில் இருட்டாக இருப்பது போல இருந்தது. ஆனால் அங்கு ஒன்றும் மாறியிருக்கவில்லை. மனதில்தான் இப்படி மின்னலும் இருட்டும் மாறி மாறி அடித்து ஏதோ ஒன்றை மாற்றிப் போடுகிறது. எழுந்து நின்று வேட்டியை இறுக்கமாகக் கட்டிக்கொண்டான்.

தெரு சற்று முன்பு பார்த்தது போலவே இருந்தது. அந்த விசித்திரத்தில் ஒரு துளியும் குறைவில்லை. தெருவின் உள்ளே நடந்தான். புராதனக் குகைக்குள், மலைப்பாதைக்குள், நீண்ட சமவெளியின் சரிவில் நடப்பது போல இருந்தது. குளிரில் தன்னந்தனியாக எரிந்துகொண்டிருக்கும் ஒற்றைத் தெரு விளக்குக்கு ஏதோ பொருள் இருப்பது போல இருந்தது. அந்த விளக்கின் அடியில் கொஞ்ச நேரம் நின்றுகொண்டிருந்தான். அண்ணாந்து அந்தச் சன்னலை மீண்டும் பார்த்தான். அங்கு எந்த அணுக்கமும் இல்லை. ஆனால் அங்கு ஒருத்தி இருக்கிறாள் என்று தோன்றியது. எதற்காகவோ காத்துக்கொண்டிருக்கும் ஒருத்தியாக அவள் இருக்கிறாள் என்று மனம் அடித்துக்கொண்டது. அப்படி என்ன நிச்சயம்? இல்லை அது அப்படித்தான். அது அப்படித்தான் இருக்க முடியும். அங்கேயே உறைந்துவிட்டவன் போல நின்றுகொண்டிருந்த முரளிதரன் அந்த மஞ்சள் வெளிச்சத்திலிருந்து விலகித் தெருவின் மறுமுனையை நோக்கி நடந்தான். வீடுகள் முடிவடைந்து வயல்வெளி தொடங்கிய இடத்தை மீண்டும் வந்தடைந்தான்.

சாலையோரம் ஒரு பூவரச மரம் இருந்தது. வயல்வெளியில் இருந்து வரும் காற்று இன்னும் குளிராக இருந்தது. வேட்டி காற்றில் பறந்து பறந்து அடங்கியது. அந்த மரத்தடியில் அமர்ந்து அதன் சொரசொரப்பான உடலில் முதுகை சாய்த்துக்கொண்டான். தெரு, உரித்துப் போட்ட நீண்ட மரப்பட்டையைப் போல கிடந்தது.

இப்போது தெருவின் மத்தியில் கிடைக்கும் அந்த மஞ்சள் ஒளித்துண்டு மீது ஒரு உருவம் தெரிகிறது. யாரோ தாம்

நின்ற அதே இடத்தில் நிற்கிறார்கள். ஆனால் அது அச்சமூட்டுவதாக இல்லை. உடலில் லகுத்தன்மையும் அமைதியும் வந்தது முரளிதரனுக்கு. நீண்ட காலமாகக் காத்திருந்த ஏதோ ஒன்று நிகழப்போவது போல, அது தமக்கு முன்பே தெரியும் என்பது போல அவன் அந்த மரத்தடியில் சமைந்திருந்தான். சன்னலுக்கு வெளியே கையை நீட்டியவள் அவள்தான். அவள் முரளிதரன் இருக்கும் பக்கமாகத்தான் இப்போது நடக்கிறாள். அவள் வருவாள் என்று உறுதியாகத் தெரிந்தவன் போல காத்திருக்கும் தனது மனதின் விசித்திரம் குறித்து முரளிதரனுக்கு ஆச்சர்யமாக இல்லை. நீண்ட, வெண்மையான, வளைக்கரங்களுடன் அருகில் வந்தவள் அந்தப் பூவரச மரத்தை நெருங்கி அப்படியே அவனைத் தழுவிக்கொண்டாள். தலை மீது முக்காடிட்டிருந்தாள். நீண்ட தோடுகள். ஒளிரும் மூக்குத்தி. அவளது புடவையில் பதிக்கப்பட்டிருந்த கண்ணாடிகள் மின்னின. அவளது உடல் வெதுவெதுப்பாக இருந்தது.

ஏதோ ஏற்கனவே திட்டமிட்டிருந்தது போல, அந்த மரத்தடியில் இருவரும் சாய்ந்து உட்கார்ந்தார்கள். இவ்வளவு விரைவாக உடைகளைக் களைய முடியுமா? களைந்த பின்னும் அவளது உடலில் திரவியத்தின் வாசனை இருந்தது. அவள் முத்தமிட்டபோது முரளிதரனின் உடல் இறுகி மீண்டது. நறுமணம். அவளது சுவாசத்தில், முனகலில் எல்லாவற்றிலும் சுகந்தமான நறுமணம். உடலின் இயக்கத்தை அவள் மேலும் மேலும் தூண்டினாள். இருவரும் வெற்றுடம்புடன் வானத்தைப் பார்த்தபடி நீண்ட நேரம் அந்த மரத்தடியில் படுத்திருந்தபோது, சில்வண்டுகளின் ஒலி முரளிதரனுக்குக் கேட்கத் துவங்கியது. அவன் எழுந்துகொண்ட பிறகும் அவள் அங்கேயே படுத்திருந்தாள். சில விநாடிகள் அவளுக்காகக் காத்திருந்தான். அவள் எழுவதன் சுவடு இல்லை. எதற்காகவோ காத்திருந்தவள், அதை அடைந்துவிட்டவள் போல நிழலாக அந்தப் புல்தரையில் கிடந்தாள். முரளிதரன் பிரதான சாலையை நோக்கி நடந்தான். அந்த மதகில் வந்து மீண்டும் உட்கார்ந்தான். தான் செல்ல வேண்டிய வாகனத்திற்காகக் காத்திருந்தான்.

- தமிழினி, பிப்ரவரி 2022

◉

பிரத்யேகமானதொரு கடல்

அம்மா சகுந்தலா அப்படி சொல்வாளென்று தீபக் எதிர்பார்க்கவில்லை.

"அப்படியாம்மா சொல்ற..?"

"ஆமா..."

தீபக் முகத்தைப் திருப்பி அவளைப் பார்க்கவில்லை. அவனது பார்வை முழுக்கவும் சாலையிலேயே இருந்தது. போக்குவரத்து நெரிசல் பேயைப் போல இருந்தது. ரெவியூ மிர்ரரை எவ்வளவு உற்றுப் பார்த்தாலும் அதில் அகப்படாமல் மின்னல் வேகத்தில் டூ வீலர்கள் இருபுறமும் முந்திக்கொண்டிருந்தன. இரு சக்கர வாகன ஓட்டிகள் கார்களுக்கு நடுவே புகுந்து அதன் விளிம்புக்குச் சில சென்டிமீட்டர் இடைவெளியில் முந்துவதில் கிளுகிளுப்படைந்தார்கள். பெண்கள் சாகச உணர்ச்சி பற்றிய எந்தப் பிரஞ்ஞையும் இல்லாமல் ஆனால் அதே போல உயிரைப் பணயம் வைத்தார்கள்.

தீபக் கார் வாங்கிய இந்த ஐந்தாண்டுகளில் சகுந்தலா அதில் ஏறுவது இதுதான் முதல் முறை. அவளேதான் காலையில் அவனை அழைத்திருந்தாள். "இந்தா அம்மா..." என்று வைஷ்ணவி அலைபேசியை அவனது கையில் கொடுத்தபோது அவன் அப்போதும் படுக்கையில்

உருண்டுகொண்டுதான் இருந்தான். விடுமுறை நாளுக்கான காலை மதியத்தில்தானே தொடங்கவேண்டும் என்று நினைத்தாலும், "இவள் எப்படி இவ்வளவு சீக்கிரம் எழுந்துகொண்டாள்" என்பது குழப்பமாக இருந்தது. போன் அடித்துக்கொண்டுதான் இருந்தது, அவள் அதை எடுத்திருக்கவில்லை. தீபக் எடுத்து காதுக்குக் கொண்டு போனான்...

"அம்மா..."

"என்னடா இன்னும் எழுந்துக்கலயா...?

"இல்லம்மா இப்பதான் முழிச்சேன் அப்படியே படுத்திருக்கேன்..."

"நந்து...?"

"அவ இன்னும் முழிக்கல... நைட்டு அவளும் லேட்டாதான் படுத்தா..."

குழந்தையை உன்ன மாதிரி நைட்டு கண்ணு முழிக்க வைக்காதனு எத்தனை தடவை சொல்லியிருக்கேன்...

இல்லம்மா நானும் படுத்தாதான் தூங்குவேன்னு அவளும் அடம் புடிச்சி கார்ட்டூன் பாக்குறா, என்ன பண்றது, சரி சண்டேதானன்னு நானும் விட்டுட்டேன்...

வைஷ்ணவி...?

அவளும் நானும்தான் சேர்ந்து நெட்ஃபிளிக்ஸ்ல குத்த வச்சோம். நந்து ஹெட்போனை மாட்டிகிட்டு டேப்ல இருந்தா...

"....."

"ஆமா என்னம்மா இவ்வளவு காலையில போன் பண்ணியிருக்க...?"

"சும்மாதான்டா...!"

"உடம்பு ஓகேவாமா வேற ஒன்னும் இல்லையே? கிளம்பி இங்க வர்றியா இன்னைக்கு...?"

"இல்லடா, நீ இங்க வர்றியா நாம ஒரு சின்ன டிரைவ் போலாம்...?"

"வாவ் செம்ம. என்ன அதிசயம்...! கண்டிப்பா போவோம், எங்க போலாம் சொல்லு. நான் வைஷ்ணவி நந்துவ கிளப்பிக் கூட்டிட்டு வர்றேன். பத்து மணிக்கு வீட்ல இருப்பேன். ஏதாவது டிஃபன் பண்ணி வை. சாப்டு கிளம்புவோம், இல்லன்னா போற வழியில சாப்டுக்கலாம்..."

".........."

"என்னம்மா, ஒன்னும் சொல்லாம இருக்க..."

"நீ மட்டும் வாடா, அவளுக கூட அடுத்த வாரம் போகலாம்..."

"ஓ சாரிமா... டன். கிளம்பி வர்றேன் எத்தனை மணிக்குப் போகலாம்னு சொல்லு. எங்க போவோம்?"

"ஈசிஆர் ஓகேடா, ஒரு ரெண்டு மூணு மணி நேரம், போயிட்டு திரும்ப வருவோம்."

அடுத்த இரண்டு வினாடிகளில் தீபக் படுக்கையில் இருந்து எழுந்துகொண்டான். வைஷ்ணவி காஃபி குடித்துக்கொண்டிருந்தாள். கையில் நியூஸ் பேப்பர் இருந்தது.

"என்னடி, இவ்வளவு காலைலேயே... ஆச்சர்யமா இருக்கு...?" கேட்டுக்கொண்டே பாத்ரூமிற்குள் நுழைந்தான்.

"பீரியர்ட்ஸ்டா, அதிகாலைல நாலு மணிக்கு. கடுப்ஸ்..."

உச்சா போய்விட்டு வந்து மீண்டும் படுத்துக்கொள்வான் என்று நினைத்தவள், உனக்கு டீ வேண்டுமா என்று அவனிடம் கேட்கவில்லை. ஆனால் வெளியே வந்தவன் மிகச் சுருக்கமாக, அம்மாவுக்கு எங்கேயோ வெளியில் போகனுமாம், கூட்டிட்டுப் போகச் சொன்னாங்க, அதுக்குதான் போன் என்றான்.

"எங்கயாம்...?"

"சும்மா எங்காவது ஒரு டிரைவ் போகனுமாம்...!"

அவள் எதுவும் சொல்லாமல் அவனது முகத்தைப் பார்த்தாள். அவளுக்கு விசித்திரமாக இருந்திருக்கவேண்டும்.

"நந்துவையும் கூட்டிட்டு போறியா...?"

"இல்லடி அவ நல்லா தூங்கிட்டிருக்கா, எழுப்ப வேணாம்..."

“சரி சரி...”

“டைம் கிடைச்சா கால் பண்ணு. என்னன்னு சொல்லு. அவங்க அப்படியெல்லாம் உன்ன இந்த மாதிரி கூப்பிட்டதே இல்லல்ல, எனக்கே கொஞ்சம் ஆச்சரியமாதான் இருக்கு. போயி பாத்துட்டு என்னன்னு சொல்லு...”

அடுத்த அரை மணி நேரத்தில் தீபக் கிளம்பியிருந்தான். கேகே நகரிலிருந்து சகுந்தலா இருக்கும் அடையாறு செல்வதற்கு நாற்பந்தைந்து நிமிடங்கள் ஆகும் என்று நினைத்து வண்டியை கிண்டி நோக்கிச் செலுத்தினான். ஞாயிறு என்பதால் வாகன நெரிசல் சற்றுக் குறைவாக இருந்தது. காலையில் எழுந்து குளித்து விடவும் பசித்தது. இரவு படுப்பதற்கு முன்பே பசிப்பது போலதான் இருந்தது. நீண்ட நேரம் விழித்திருந்ததால் இரவு ஒரு மணிக்கே பசிக்கத் தொடங்கியிருந்தது. படம் பார்க்கும் ஆர்வத்தில் இரண்டு பிஸ்கட்டுகளை மட்டும் தின்றுவிட்டு அப்படியே உறங்கிப் போயிருந்தது இப்போது நினைவுக்கு வந்தது.

கார் நிறுத்துவதற்கு வாகான ஒரு டீக்கடையைப் பார்த்து வண்டியை நிறுத்தி, ஒரு காஃபி என்று சொல்லிவிட்டு சிகரெட்டை எடுத்துப் பற்றவைத்தான். பாதி சிகரெட் தீர்வதற்குள் சரியாக காஃபி கைக்கு வந்தது. எடுத்து உறிஞ்சினான். வெறும் வயிற்றில் சிகரெட் புகையுடன் காஃபி ஊர்வது சுறுசுறுவென இருந்தது.

மனம் பரபரவென இருந்தாலும், அதற்கு மத்தியிலும் சிதறாத நிதானம் இருந்தது. இது அப்படியே அம்மாவின் சுபாவம்தான் என்று பலமுறை நினைத்துக்கொண்டிருகிறான். ஆனாலும் கூட இப்போது எதற்குத் திடீரென இப்படி அழைக்கிறாள் என்று தோன்றியது. எத்தனையோ சந்தர்ப்பங்களில் அவள் காரில் வருவதைத் தவிர்த்திருக்கிறாள். அதைத் தவிர்த்தாள் என்றும் சொல்ல முடியாது. சிலமுறை வீட்டில் கொண்டு விட்டிருக்கிறான், அங்கிருந்து அலுவலகத்தில் கொண்டு போய் காரில் விட்டிருக்கிறான்தான். ஆனால் எங்காவது சிறிய பயணம், ஊர் சுற்றல் என்று திட்டமிடுகையில் அவளுக்கு வேலை வந்துவிடுகிறது. அந்தப் பயணத்தை விட முக்கியமான வேறு ஒரு இடத்திற்குப் போக வேண்டியிருக்கிறது. அதை அவள்தான் தீபக்கிற்குப் பழக்கியிருந்தாள். ஒரு *priority* ஐ இன்னொரு *priority* வைத்து மதிப்பிடாதே! அது அவனது

மனதில் ஆழமாகப் பதிந்து போயிருந்தது. வைஷ்ணவியுடனான இந்த ஐந்தாண்டு கால திருமண வாழ்வில் சில தற்காலிக கசப்புகளை மீறிப் பெரிதாக எதுவும் நடந்துவிடாமல் இருப்பதற்கு அதுதான் காரணம். யோசிக்கையில், தீபக் அம்மாவுடன் வாழ்ந்த காலங்கள் சொற்பம். இப்போது யோசித்தாலும் அவனுக்கு அது குறித்து ஆற்றாமை உண்டு.ஆனாலும் அவளிடம் அதையொரு குறையாகப் பகிர்ந்துகொண்டதில்லை. அவளுடன் இருக்க வாய்ப்பது சொற்ப நேரம்தான் என்றாலும், முழுக்கவும் அவனுடன் இருப்பதான எண்ணத்தை அவள் ஏற்படுத்துவாள். அந்த வயதில் அவனுக்கு அது புரிந்திருக்கவில்லை. இப்போது புரிகிறது. சில நண்பர்களுடன் எத்தனை நாட்கள் உடன் இருந்தாலும் சரி, அவர்களுடன் இருந்தது போன்றே தோன்றுவதில்லை. அப்படி ஒட்டாமல் இருக்கிறார்கள், கடந்து போய் விடுகிறார்கள். அந்த வகையில் வைஷ்ணவி அம்மாவை ஒத்தவள் என்பதில் ஆறுதல் அவனுக்கு. இப்போது கூட அம்மா அழைத்தாள் என்றதும் துணுக்குறும் அவளது நுண்ணுணர்வு அவனுக்குப் பிடித்தது. அப்படியெல்லாம் அழைப்பவள் இல்லையே ஏன் அழைக்கிறாள் என்று கனிவாக யோசிக்கும் அவளது தன்மை பிடிக்கிறது.

ஐந்தாம் வகுப்புக்குப் பிறகு தீபக் விடுதியில் தான் இருந்தான். பன்னிரெண்டாம் வகுப்பு வரை திருச்சியில், கல்லூரி கோவையில். யோசித்தால் பள்ளியின் கோடை விடுமுறைகளைத் தவிர அவன் அம்மாவுடன் நீண்ட நாட்கள் இருந்த நினைவே இல்லை. கல்லூரியின் கோடை விடுமுறைகளில் ஊர் சுற்றியது போகச் சொற்ப நாட்களே அவளுடன் இருந்திருக்கிறான். ஆனால் வேலை கிடைத்த இரண்டே மாதத்தில் அவனுக்கு ஒரு வரனைத் தேடிப் பிடித்துவிடுவாள் என்று அவன் எதிர்பார்க்கவில்லை. இப்போது என்ன அவசரம் என்று மறுத்தான். உனக்கு எதுவும் காதல் கீதல் என்றெல்லாம் அவள் பேத்த வில்லை. உனக்கு இது சரியான சமயம் என்று எனக்குத் தோன்றுகிறது, இது வேண்டாம் என்று சொல்வதற்கு உனக்கு எதுவும் நியாயமான காரணம் இருந்தாள் சொல் என்று அவள் கேட்டாள். தீபக்கிற்கு இருபத்து மூன்று வயதில் திருமணத்தை மறுப்பதற்கு அது குறைந்த வயது என்ற பூஞ்சையான காரணத்தைத் தவிர வேறொன்றும் இல்லை. “சரி, அம்மாவுக்குத் துணையாக இருக்கும்” என்ற ஒரு காரணத்தை அவனாகவே வரித்துக்

கொண்டு, புதிதாகத் தன் வாழ்வில் நுழையப் போகும் ஒருத்தியைக் குறித்த கிளுகிளுப்பில் அமிழத் தொடங்கினான். இந்த ஐந்தாண்டுகளில் அம்மாவுக்குத் துணையாக இருக்கும் என்று தாம் நினைத்தது எத்தனை க்ளிஷேவானது என்று சிரித்துக் கொள்கிறான்.

ஆனால், கல்யாணம் முடிந்த ஒரு வாரத்தில், அவனைத் தனிக்குடித்தனம் போகச் சொன்னபோது அவன் நிஜமாகவே அதிர்ச்சியடைந்தான். வைஷ்ணவிக்கும் அது ஆச்சர்யமாகத்தான் இருந்தது. ஆனால் எதுவும் பேசாமல் அமைதியாகச் சகுந்தலாவின் முகத்தைப் பார்த்தபடி உட்கார்ந்திருந்தார்கள் இருவரும்.

“உனக்கு இந்த வீடுதான் பிடித்திருக்கிறது என்றால் சொல், நான் வேறு வீடு பார்த்துப் போய்க்கொள்கிறேன், எனக்கு எந்தப் புகாரும் இல்லை” என்று மென்மையான குரலில் சொன்னாள். அதில் இருக்கும் உறுதியைப் புரிந்துகொள்ளும் வயதைத் தீபக் எப்போதோ எட்டியிருந்ததால் அவளிடம் அது குறித்து சர்ச்சை செய்யவில்லை.

இல்லம்மா, நானே போய்க்கிறேன் என்று சொன்னான். அப்போதுதான் அவள் வீடு பார்த்திருப்பதைச் சொன்னாள். வைஷ்ணவியும் அவனும்தான் போய்ப் பார்த்தார்கள். மூன்று படுக்கை அறைகள் கொண்ட வீடாக இருந்தது அது. “டபுள் பெட்ரூம் வீடே போதும்மா. மத்த திங்க்ஸ் வச்சிக்க ஒரு ரூம் பத்தாதா” என்றான். “ஒரு ரூம் எக்ஸ்ட்ராவா இருக்கட்டும்டா, எப்பவாது மூச்சு முட்டும்போது கொஞ்ச நேரம் தனியா இருக்கணும்னு தோணுச்சுனா அவ போயி படுத்துக்கட்டும், இருக்கட்டும்டா” என்றாள்.

அடுத்த மூன்று நாட்களில் தனி வீட்டுக்கு வந்திருந்தான். இதோடு ஐந்து வருடம் ஆகிறது என்று நினைக்கையில் அவனுக்கே மலைப்பாக இருந்தது.

இன்னொரு காஃபி என்று சொன்னான்...

பாய்லரில் இருந்தவன் விசித்திரமாகப் பார்த்ததைக் கண்டுகொள்ளவில்லை. இன்னொரு சிகரெட்டை எடுத்துப் பற்றவைத்தான். ஒரு முழு டம்ளர் காஃபி குடிப்பது கூட அவளிடம் இருந்து வந்த பழக்கம்தான். உணவகங்களுக்குச் செல்கையில், “ரொம்ப கம்மியா தர்றானுங்க இல்லடா,

இன்னொரு காஃபி சொல்லு ரெண்டு பேரும் ஷேர் பண்ணிப்போம்" என்று மெல்லிய நகையுடன் சொல்வாள்.

முதல் காஃபியை விட இரண்டாவது காஃபி சுவை குன்றியது போல இருந்தது. மண்டைக்குள் கேள்விகள் குடைந்துகொண்டிருப்பது ஒரு காரணமாக இருக்கலாம். ஆனாலும் நிதானமாகக் குடித்தான். காப்பியின் சூடு உடலில் வியர்வையைத் துளிர்க்கச் செய்திருந்தது. வண்டியை நகர்த்தவும் ஏஸியின் குளிருக்கு அந்த வியர்வை ஆசுவாசத்தை வழங்கியது.

வண்டியை வாசலுக்கு வெளியே கதவை மறித்து அப்படியே நிறுத்திவிட்டு உள்ளே போனான். சகுந்தலா கிளம்பித் தயாராக இருந்தாள். ஏதோ விஷேசத்துக்குச் செல்பவள் போல, திருத்தமாக உடையணிந்திருந்தாள். தீபக்கை விட பத்து வயது அதிகமாக இருக்கலாம் என்பது போன்ற தோற்றம். இன்னும் இரண்டு ஆண்டுகளில் பணி ஓய்வு பெறப் போகிறவள் என்பது பற்றிய எந்த அடையாளமும் அற்றவளாக இருந்தாள். வைஷ்ணவி இதை நிறைய முறை தீபக்கிடம் சொல்லியிருக்கிறாள்,

உங்க அம்மாவைத் பார்த்தா பொறாமையா இருக்குடா, இப்பவும் கூட எவ்வளவு ஸ்லிம்மா ஃபிட்டா இருக்காங்க...

ரெஸ்ட் ரூம் போகணுமாடா உனக்கு, இல்ல கிளம்புவோமா...? ஒரு சிறிய கைப்பையுடன் வாசலிலேலே நின்றுகொண்டிருந்தவள் கேட்டாள்.

இல்லம்மா, போலாம்...

இருவரும் அந்தத் தெருவிலிருந்து வெளியேறிப் பிரதான சாலையில் நுழைந்து கிழக்குக் கடற்கரைச் சாலையைப் பிடிப்பதற்குப் பதினைந்து நிமிடங்கள் ஆனது.

வண்டிகள் விரைந்துகொண்டிருந்தாலும் கூட ஓட்டுவதற்கு இலகுவாக இருந்தது சாலை. தீபக் அவளிடம் எதுவும் கேட்கவில்லை. அவளும் அமைதியாகச் சாலையை வேடிக்கை பார்த்தபடியே உட்கார்ந்திருந்தாள். சாலையை, வழியில் மூடியிருக்கும் கடைகளை, சாலை ஓரத்தில் சோம்பேறித்தனமாகத் திரியும் மாடுகளை ரசிப்பது போல முகபாவம் இருந்தது. அவளது முகத்தை வைத்து அவள் என்ன மனநிலையில் இருக்கிறாள் என்பதைக் கண்டுகொள்ள

முடியாத பாவனையில் இருந்தாள். அவள் அதிருப்தியாக இல்லை என்பது தீபக்கிற்கு ஆறுதலாக இருந்தது. ஆனால் அவள் இத்தனை நிதானமாக இருப்பதும் பதட்டத்தைக் கூட்டியது.

பதட்டமாக இருக்கையில் எப்போதும் நினைவுகள் பின்னோக்கியே ஓடுகின்றன. அது சரியாக இல்லை, இது இப்படி இருந்திருக்கலாம், இன்னும் கொஞ்சம் தீர்க்கமாக ஆலோசித்திருக்கலாம் இந்த மாதிரி...

"மகாபலிபுரம் தாண்டினதும் வண்டியை நிறுத்து, காஃபி குடிக்கலாம்..."

"சரிம்மா..."

அடுத்த சில நிமிடங்களில் அவள் உறங்கத் துவங்கியதைத் தீபக் பார்த்துவிட்டுத் திரும்பவும் சாலையில் பார்வையைப் பதித்தான். அவளைப் பார்க்கையில் பச்சாதாபமாக இருந்தது. திருத்தமான உடையில், புத்துணர்ச்சியுடன் இருப்பவள், வண்டியில் ஏறிய கொஞ்ச நேரத்தில் எப்படிக் குழந்தையைப் போல உறங்குகிறாள்...

இவ்வளவு விரைவில் மகாபலிபுரத்தைக் கடப்போம் என்று அவன் எதிர்பார்த்திருக்கவில்லை. சூரியன் சுள்ளென்று அடிக்கத் தொடங்கியிருந்தது. முன்புறம் பெரிய மரம் இருந்த ஒரு கடை வாசலில் வண்டியை நிறுத்தினான். வண்டி நிற்கவும் அவள் விழித்துக்கொண்டாள்.

"கடை வந்திடுச்சா...?"

"இன்னும் கொஞ்சம் தூங்குறியா, கொஞ்சம் தூரம் போனதும் இன்னொரு கடையில நிறுத்துறேன்..."

"இல்லடா பரவால்ல எனக்குக் காஃபி குடிக்கணும் போலத்தான் இருக்கு..."

இருவரும் இறங்கி கடை முகப்பில் போடப்பட்டிருந்த வட்ட வடிவமான பிளாஸ்டிக் நாற்காலிகளில் உட்கார்ந்தார்கள்.

அவள் அமைதியாகக் காஃபியைக் குடித்து முடித்தாள்.

"ஏய், உனக்கு இன்னொரு காஃபி...?"

"இல்லம்மா எனக்கு வேணாம், நீ வாங்கிக்க..."

சொல்லிவிட்டு எழுந்து மரத்தடிக்குப் போய் ஒரு சிகரெட் பற்றவைத்தான். அவள் காஃபியை வாங்கிக்கொண்டு அவனுடன் வந்து நின்றுகொண்டாள்.

அவன் சிகரெட் குடிப்பதை ரசிப்பவளைப் போல அவனைப் பார்த்துக்கொண்டே காப்பியை உறிஞ்சிக் கொண்டிருந்தாள். அவளது கைப்பை அவர்கள் உட்கார்ந்திருந்த இடத்தில் இருந்த இன்னொரு நாற்காலி மீது கிடந்தது. அது பற்றி எந்தப் பிரக்ஞையும் இல்லாமல் அவள் அந்தக் காப்பியை அருந்திக்கொண்டிருந்தாள். தீபக் தனது பார்வையைக் கைப்பையின் மீது இருக்கும்படி அமைத்துக்கொண்டான்.

“அதெல்லாம் ஒன்னும் காணாமப் போயிடாது விடுடா...”

“ஹா... ஹா... இல்ல இல்ல. கண்ணு முன்னாலதான இருக்கு அதான் பார்வை அங்க போகுது...”

அவள் காகிதக் கோப்பையை அதற்கானக் கூடையில் போட்டுவிட்டு, கைப்பையில் இருந்து பணம் எடுத்துக் கொடுத்துவிட்டு வந்து வண்டியில் ஏறவும் தீபக் வண்டியை உயிர்ப்பித்தான். அவள் மீண்டும் உறக்கத்தில் விழுந்தாள்.

தீபக் அமைதியாக வண்டியை ஓட்டிக்கொண்டிருந்தான். பாண்டி ஆறு கிலோமீட்டர் என்று சாலையோர பலகைக் காட்டிய இடத்தை வண்டி கடந்துகொண்டிருந்தது.

“திரும்பிடலாம்டா, சிட்டி உள்ள போகவேணாம்...”

“ஏம்மா, பாண்டி பீச் நல்லாருக்கும்...”

“இந்த வெயில்லையா...?”

“வண்டியை விட்டு இறங்கவேணாம். சும்மா அப்படியே உக்காந்திருக்கலாம்...”

“சரி அப்படின்னா போ.”

ஆனால் பீச் ரோட்டுக்குக் திரும்பும் வளைவில் ஒரு பெரிய மரம் தென்பட்டது. அம்மரம் ஒரு பிரமாண்டமான வீட்டின் முன்னால் இருந்தது. “வண்டியை வேணா இங்க நிறுத்து, கொஞ்ச தூரம் பீச்ல நடந்துட்டு வருவோம்...” என்று அவள்தான் கேட்டாள்.

வண்டியை நிறுத்திவிட்டு, பாட்டில் வைக்கும் இடத்தில் இருந்து பாதி குடித்து மிச்சம் இருந்த தண்ணீர் பாட்டிலை தீபக் எடுத்துக் கொண்டு அவளுடன் நடந்தான். பீச்சில் வெய்யில் அவ்வளவாக இல்லை. கூட்டம் குறைவாக இருந்த மணற்பகுதி ரம்மியமாக இருந்தது. சிறிய கடற்கரை, வீட்டின் பின்புறம் இருக்கும் பிரத்யேக மணற்பரப்பு போல. தீபக்கின் கையை விட்டுவிட்டு அவள் தண்ணீரில் இறங்கி நின்றாள். அலை ரொம்பவும் குறைவான வேகத்தில் இருந்தது. மெல்லத் தளும்பும் குளம் போல. தீபக் அலைக்கு நெருக்கமாக ஆனால் அது தீண்டாத தூரத்தில் அப்படியே உட்கார்ந்துகொண்டான். மணல் சுடவில்லை. கொஞ்ச நேரம் கழித்து, அவள் கைகாட்டி அழைக்கவும் அவளுடன் போய்ச் சேர்ந்துகொண்டான். அவளது கைகளைப் பற்றிக்கொண்டு நின்றான். சற்றே பெரிய அலை அவளை நிலை தடுமாற வைத்த போது அதிர்ச்சியடைந்து சிரிப்பவளைத் தாங்கிப் பிடித்துக்கொண்டு அவனும் அந்தக் கடலை ரசித்தான். முதுகில் கோடாக வியர்வை வழிந்தது. அவளும் வியர்த்துப் போயிருந்தாள்.

இருவரும் வந்து மணலில் உட்கார்ந்தார்கள். மீண்டும் போய் அலையில் நின்றார்கள். நல்ல வெயில் வந்துவிட்டது. தலை கொதித்தது. தீபக்கின் தலையைத் தொட்டுப் பார்த்துவிட்டு, "ரொம்ப சுடுதுடா வா போகலாம்" என்றாள். தீபக் சகுந்தலாவின் தலையைத் தொட்டுவிட்டு, இல்லையே என்றான்.

"உன் கை ஈரமாக இருக்குடா அதான் தெரியல..."

அப்போதுதான் கவனித்தான், அவளது கையில் ஈரமில்லை, உலர்ந்திருந்தது. ஆனால் உப்புக் காற்றின் பிசுபிசுப்பு இருந்தது.

இருவரும் வந்து வண்டியில் உட்கார்ந்தபோது பின் மதியம் ஆகியிருந்தது. இங்கயே சாப்டுட்டுக் கிளம்புவோம், எனக்குப் பசிக்குது என்றான்.

"எனக்கும் நல்லா பசிக்குதுடா, எதாவது ஒரு ஹோட்டல் போ..."

எதுவும் பேசாமல் அமைதியாகச் சாப்பிட்டுக் கொண்டிருந்தாள். ஹோட்டலில் வாஷ் பேசினில் முகம் கழுவி, கைப்பையில் இருந்து புதிய ஸ்டிக்கர் பொட்டை

எடுத்து வைத்துக்கொண்டாள். எப்போதும் வைத்திருக்கும் சிறிய சீப்பை எடுத்து காரிலேயே தலை வாரியிருந்தாள். சாப்பிடும் அவளைக் காண்கையில், காலையில் வீட்டிலிருந்து வண்டியில் ஏறும்போது இருந்த அதே புத்துணர்ச்சிக்கு அவள் மீண்டுவிட்டாள் என்று தீபக் நினைத்தான்.

உணவு அருந்தி முடித்துவிட்டு தீபக் முதலில் வெளியே வந்தான். வண்டி நிறுத்துமிடதிற்கும், ஹோட்டலின் வாசலுக்கும் நீண்ட தூரமிருந்தது. இருபுறமும் உயரமான மரங்கள் உள்ள அந்த அடர்ந்த பாதையில் தீபக்கின் கைகளைப் பற்றிக் கொண்டு அவள் நடந்து வந்து வண்டியில் ஏறினாள். அவன் வண்டியை ஸ்டார்ட் பண்ணுகையில், அவனது தலையைக் கோதிவிட்டாள். அவன் நகரத்தை விட்டு விலகி, கடற்கரைச் சாலையைப் பிடிக்கும் வரை கைகளால் தலைக்குள் அலைந்துகொண்டே இருந்தாள். வாகன நெரிசல் குறைந்த நீண்ட சாலையைப் பற்றி வேகத்தைக் கூட்டியபோது, அப்படியே கதவின் ஓரமாகச் சாய்ந்து மீண்டும் உறங்கத் தொடங்கினாள். தீபக் சாலையின் மீது கவனத்தைக் குவித்தான்.

மகாபாலிபுரம் நெருங்குகையில்தான் விழித்தாள்.

“அதுக்குள்ளயா இவ்வளவு தூரம் வந்துட்ட?”

“மெதுவாத்தாம்மா வந்தேன், நீ நல்லா தூங்குன... அதான் பாட்டு கூட வைக்காம இருந்தேன்...”

பதில் எதுவும் சொல்லாமல் சாலையை வேடிக்கை பார்த்துக்கொண்டே வந்தாள்.

“வைஷ்ணவி எப்படிடா இருக்கா...?”

அவளுக்கென்ன நல்லாருக்கா. நீண்ட நாட்கள் கழித்துச் சந்திப்பவளைப் போல, அவள் வைஷ்ணவி குறித்துக் கேட்பது தீபக்கிற்கு ஆச்சர்யமாக இருந்தது.

அவள் மீண்டும் மவுனதிற்குள் விழுந்தாள்.

நீ எப்படிம்மா இருக்க, என்று கேட்கலாமா என்று இருந்தது அவனுக்கு. ஆனால், அவள் மவுனமாகத் தான் இருக்கிறாளே தவிர, துயரத்தில் இல்லை என்கிற எண்ணம் அப்படிக் கேட்பதில் இருந்து அவனைத் தடுத்தது.

ஆனாலும் கூட, இந்தத் தடுமாற்றத்தை விட்டு வெளியேற வேண்டும் என்ற எண்ணத்தில்தான் அவன் கேட்டான்.

"நீ எப்படிம்மா இருக்க...?"

இத்தனை ஆண்டுகளில் இப்படி ஒன்றை அவளிடம் கேட்டதில்லைதான். கேட்பதற்கான அவசியமும் நேரிடவில்லை.

அப்போதுதான் அவள் இதைச் சொன்னாள்.

"எனக்கு கல்யாணத்துக்கு முன்னாடி உங்க அப்பா கூட ஒரு தடவை செக்ஸ் இருந்திருந்தா நான் இன்னும் நிதானமா முடிவு எடுத்திருப்பேன்டா..."

"உனக்கும் அப்பாவுக்கு செக்ஸ் ஒரு பிரச்சினையா இருந்துச்சாம்மா...?"

"அவருக்கு இல்லடா, எனக்கு மட்டும்தான் அது பிரச்சினையா இருந்துச்சு..."

"அப்படினா...?"

என்னை விட அவருக்குப் பத்து வயசு அதிகமா இருக்கும். எனக்கு வயசு ரொம்ப கம்மி இல்லையா அப்ப. அந்த வருஷம்தான் காலேஜ் முடிச்சிருந்தேன், உடனே வேலை கிடைச்சிடுச்சு, அவரு எனக்கு உயரதிகாரி, திடீர்னு வீட்டிலேருந்து ரொம்ப தூரம் வெளில வந்து தங்குறேன், தனியா இருந்தேன், பயமா இருந்துச்சு, படபடப்பா இருந்துச்சு, குதூகலமா இருந்துச்சு, நானாதான் அவர்ட்ட போயி என்னைக் கல்யாணம் பண்ணிக்கங்கன்னு கேட்டேன்...

"என்னம்மா சொல்ற...!"

தீபக்கிற்கு ஒரு திரைப்படத்தின் காட்சி போல இருந்தது அவள் சொல்வது. ஆனால் இதுவரை அதைப் பற்றி ஒரு நாள் கூட அவள் அவனிடம் சொன்னதில்லை. அவனுக்குத் தெரிந்ததெல்லாம், அவன் ஒன்றாம் வகுப்பு படிக்கையில் அப்பா அம்மாவைப் பிரிந்து போய்விட்டார் அவ்வளவுதான். எப்போதாவது பேச வாய்த்த சொற்ப உறவினர்களும் கூட அப்பாவைப் பற்றிப் பேசியதில்லை, அம்மாவும் கூட அவரைப் பற்றி பேசியதில்லை, புகாராகக் கூட. அவனது வாழ்க்கையில் அப்பா எனும் பாத்திரத்துக்கு இடமே இல்லை,

அதற்கு அவசியம் இல்லை என்பதும் ஒரு காரணம். அப்படி ஒன்று எழாமலேயே அவனது அம்மா பார்த்துக்கொண்டிருந்து விட்டாள். சமீப காலங்களில், அலுவல் நிமித்தம் வெளியூர் செல்கையில் நந்துவைப் பிரிந்திருக்க நேரும் காலங்களில் தீபக்கிற்குத் தோன்றும், பிரிவு என்பதே ஒருவித உபவிளைவு என்று. அவனுக்கு எப்போதெல்லாம் வைஷ்ணவி மீதான பிரிவுத் துயர் வருகிறதோ அப்போதெல்லாம் நந்துவின் நினைவும் உடன் வந்து வாட்டுவதை உணர்ந்திருக்கிறான். இது அப்படியே மாறியும் நடந்திருக்கிறது. நந்துவைப் பார்க்க வேண்டும் என்று தோன்றியபோதெல்லாம் வைஷ்ணவி மீதான நினைவுகள் மேலேழுந்திருக்கின்றன. தன்னை விலக்கிக் கொள்வதன் வழியாக, தன் மகனுக்கு அப்பா குறித்த நினைவுகள் எழாமல் பார்த்துக் கொண்டாளா அம்மா? ச்சே ச்சே அப்படி இருக்காது என்று சமாதானம் செய்துகொண்டான் தீபக். ஆனால் அப்பா எனும் ஒன்று தன்னை எந்த விதத்திலும் பாதித்ததில்லை அவனுக்குப் புரிந்தது. அப்படியானால் அம்மா? அப்படி யோசிக்கையில் எதுவென்று தீர்மானிக்க முடியாத துயரம் வந்து மனதைக் கவ்வுவது போல இருந்தது. நான் அம்மாவைக் கூட தீவிரமாக மிஸ் பண்ணியதில்லைதான் என்று யோசித்தான். உறவுகள் சங்கிலி போன்றவையா? ஒன்றின் முனையை நீக்கினால், அதுவொரு நீண்ட தொடர்பை இல்லாதாக்கித் தனித்திருக்கச் செய்துவிடுமா? ச்சே ச்சே அப்படியெல்லாம் இருக்காது.

"நீ சொல்றது செக்ஸ் இல்லம்மா, காதல். அதைத்தான் அப்படி சொல்ற..."

சகுந்தலா மனம் விட்டு சிரித்தாள். ஆமாடா நீ சொல்றது உண்மைதான். அந்த வயசுல நான் அதைக் காதல்னுதான் நினைச்சேன். உண்மையைச் சொன்னா, காதலுக்கும் செக்ஸுக்கும் எனக்கு பெரிய வித்தியாசம் தெரிஞ்சதில்ல அப்போ. ரெண்டும் ஒன்னுன்னுதான் நினைச்சேன். இப்பவும் கூட எனக்கு அதுல குழப்பம் உண்டு. உனக்கு இல்லையா...?

"இல்லம்மா, எனக்கு இல்லை. உன்ன விட எனக்கு நிறைய exposure உண்டு இல்லையா...?"

"அப்படியா சொல்ற, இருக்கலாம். ஆனா இதெல்லாம் மறுபரிசீலனை பண்ணுறதுக்குப் பேசுறதுக்கு எனக்கு

ரொம்ப வருஷம் ஆகியிருக்கு இல்லையா? ரொம்ப லேட் பண்ணிட்டேனாடா...?"

தீபக் சகுந்தலாவின் முகத்தைத் திரும்பிப் பார்த்தான். அது ஒளிர்வது போல இருந்தது. அவள் உட்கார்ந்திருக்கும் பகுதியின் சன்னலில் இருந்து வெண்மை நிறைந்த ஒளி அவளது பாதி முகத்தின் மீது தக தகப்புடன் படர்ந்திருந்தது. அது வெளிச்சம் குறைந்த முகத்தின் இன்னொரு பகுதியை குழந்தைமையின் உச்சமாக ஆக்கிவிட்டிருந்தது. அவளது முகத்தின் ஒரு பகுதியைக் காண்கையில் தன்னுடைய யவ்வனத்தை மீட்டெடுத்து விட்ட, தனது இளமைக்குத் திரும்பி விட்டவளைப் போலவும், இன்னொரு பகுதி இன்னும் ஆழமாகப் பிரயாணித்துத் தனது குழந்தைமைக்கே போய் விட்டவள் போலவும் இருந்தது. மெல்லிய நரை முடிகள் படரத் துவங்கியிருக்கும் நெற்றியின் மேற்பரப்பிற்குக் கீழே அவ்விரு முகங்களும் ஒளிர்ந்துகொண்டிருப்பதைத் தீபக் பார்த்தான்.

செல்லும் வழியில் இருந்த, ஒரு பிரம்மாண்டமான துணிக்கடையின் முன்னால் வண்டியை நிறுத்தச் சொன்னாள். அதன் பார்க்கின் பகுதியில் வண்டியை நிறுத்திவிட்டு இருவரும் நகரும் படிக்கட்டின் மீது ஏறினார்கள். அவள் அவனது கைகளை இறுக்கமாகப் பற்றிக் கொண்டாள். சொற்ப முறைகளே அவன் அவளுடன் துணி எடுக்க வந்திருக்கிறான். இத்தனை ஆண்டுகளில் ஒரு இரண்டு முறை இருக்குமா?

அவள் தீபக்கிற்கு மட்டும் உடைகள் எடுத்துக் கொடுத்தாள். உனக்கு இது பிடித்திருக்கிறதா என்கிற கேள்வியில்லை. உனக்கு இது நன்றாக இருக்கும் என்று சொன்னாள், அதுவும் அதைத் தனக்குள்ளேயே சொல்லிக்கொள்பவளைப் போல, அவனது கருத்து இதில் பொருட்டில்லை என்பதைப் போல. அவற்றில் உள்ளாடைகளும் உண்டு. தீபக் அவளைக் குறுக்கிடவில்லை. அவனுக்கு அது வசதியாகக் கூட இருந்தது. கொஞ்ச நேரம் மொபைலில் அலைந்தான். குறுக்கும் மறுக்குமாக நடக்கும் பெண்களைப் பார்த்துக் கொண்டிருந்தான். போரடிக்கும்போது மட்டும் அங்கு தொங்கிக்கொண்டிருந்த சில புதிய டிசைன் உடைகளைப் பார்த்தான். சகுந்தலா துணிகள் எடுத்து முடித்துப் பணம் செலுத்திவிட்டு இரண்டு

பைகளுடன் தீபக்கிடம் வந்து, "சரி வா கிளம்பலாம்" என்று சொன்னபோது இரவாகிவிட்டிருந்தது.

இருவருக்கும் பசியில்லை. மீண்டும் காஃபி குடித்தார்கள். அவளைக் கொண்டு வந்து மீண்டும் வீட்டு வாசலில் இறக்கி விட்டான். மெயின் கேட் பாதி திறந்திருந்தது. அதன் வழியாக உள்ளே பார்க்கையில் வீட்டின் ஒரு பக்கக் கதவு திறந்திருப்பது தெரிந்தது. திரைச் சீலை தொங்கிக் கொண்டிருப்பதால், உட்பகுதி தீபக்கின் கண்களுக்குத் தெரியவில்லை. வீட்டின் முகப்பிலிருந்து, உட்புறம் வரை விளக்குகள் ஒளிர்ந்து கொண்டிருந்தன.

வண்டியை நிறுத்திவிட்டு அவளுடன் இறங்கி உள்ளே போகலாம் என்று தீபக் நினைத்தான். ஆனால் நீண்ட நேரம் அவளுடன் செலவழித்துவிட்டதைப் போலவும், வீடு திரும்பலாம் என்றும் இருந்தது. சகுந்தலாவுக்கும் அப்படித்தான் இருக்கும் என்று நினைத்தான். ஆனால் அவள் இறங்கி வண்டியைச் சுற்றிக்கொண்டு அவன் இருக்கும் பக்கமாக வந்தாள். அவளுக்கும் மெயின் கேட்டுக்கும் சில அடி தூரமே இருந்தது. வீட்டின் உள்ளேயிருந்து யாரோ வருவது போல இருந்தது. தீபக் அவளைக் கடந்து உள்ளே பார்வையைச் செலுத்தினான். வீட்டில் வேலைக்கு ஆள் வைத்திருக்கிறாளா அம்மா? இருக்காதே...!

அரைக்கால் சட்டையும், டி ஷர்ட்டும் அணிந்த ஒரு ஆள் வீட்டின் உள்ளிருந்து வெளியே வருவது அவனுக்குத் தெரிந்தது. சகுந்தலாவுக்கு அவர் வருவது தெரியும் என்பது போல அந்த அசைவின் மீது கவனம் சிதறாமல் அவள் தீபக்கை நோக்கியே நின்றுகொண்டிருந்தாள். நன்றாகக் கதவைத் திறந்து கொண்டு வெளியே வந்தவர், "ஹாய் தீபக் ஹவ் ஆர் யூ..." என்று அவனிடம் கேட்டுவிட்டு, "எப்படி இருந்துச்சு ட்ரிப்" என்று சகுந்தலாவிடம் கேட்டார்.

அவருக்கு அம்மாவின் வயதுதான் இருக்கக் கூடும், இல்லை இன்னும் குறைவாகக் கூட இருக்கும் என்று தீபக்கிற்குத் தோன்றியது. "ம்ம்ம் நான் நல்லாருக்கேன், நீங்க..." என்று சம்பிரதாயமாகக் கேட்டான். சொற்ப விநாடிகள், அங்கு மவுனம் நிலவியது. பிறகு அவராகவே, "சரி வண்டிய நிறுத்திட்டு உள்ளே வாங்க..." என்று சொல்லிவிட்டு, மீண்டும் கதவைத் திறந்து கொண்டு வீட்டினுள் சென்றார்.

"யாரும்மா இது...?"

"அதைச் சொல்லனும்னுதான் உன்ன வரச் சொன்னேன். ப்ச் சரியான சந்தர்ப்பம் அமையல போல, இல்ல என்னால சொல்ல முடியலையோ என்னவோ..."

தீபக் அமைதியாக இருந்தான். கண்ணீர் முட்டிக்கொண்டு வந்தது. பிறகு மூச்சை ஆழமாக இழுத்துக் கொண்டு, "பரவால்லம்மா நாம இன்னொரு நாள் பேசலாம்..." என்றான். அப்படி துண்டித்துக் கொண்டிருக்கக் கூடாது என்ற எண்ணமும் உடனே வந்தது. தத்தளிப்பாக இருந்தது. அதிர்ச்சியிலிருந்து மீள முடியாததைப் போலவும். ஆனால் சகுந்தலா நொடிக்கொரு முறை மாறும் அவனது முகத்தை உற்றுப் பார்த்தபடி நின்றுகொண்டிருந்தார்கள்.

திடீரென எதோ நினைத்துக்கொண்டவள் போல, கார்க் கதவின் மீது இருந்த அவன் கைகள் மீது தனது கைகளை வைத்து, "ஐ மிஸ் யூடா..." என்றாள். எனக்கு ஒரு மாசமாதான் இவரைத் தெரியும். பழகிட்டிருக்கோம். ஒரு நாள் இன்வைட் பண்றேன், வீட்டுக்கு வா டீடெய்லா பேசுவோம்...

சரி என்று சொல்லிவிட்டு, அந்தத் தெருவின் கடைசியில் போய் வண்டியைத் திருப்பிக்கொண்டு வந்தான். சகுந்தலா இன்னும் வாசலிலேயே நின்றுகொண்டிருந்தாள். வண்டியை நிறுத்தி, "வா கொஞ்சம் தூரம் போய்விட்டுத் திரும்ப கொண்டு வந்து இறக்கி விடறேன்" என்று அவளை அழைக்க வேண்டும் போல இருந்தது அவனுக்கு. வண்டியின் வேகத்தைக் குறைத்து அவளை நெருங்கி, "கிளம்புறேன்மா பைமா..." என்று சொல்லிக்கொண்டே அந்த வீட்டைக் கடந்து போக்குவரத்து நெரிசலில் கலந்தான்.

- ஆனந்த விகடன், ஜூலை 2022

இன்னொரு வீடு

அதற்கு மேல் அறையில் படுத்திருப்பதற்குச் சிரமமாக இருந்தது. லேசாகப் பசித்தது. முதல் நாள் இரவு மிகவும் தாமதமாக உணவு அருந்தியதும் ஒரு வகையில் நல்லதுதான். காலையில் எழுந்தவுடனே பசிக்கவில்லை. ஒரு தேநீர் அருந்தியது போதுமானதாக இருந்தது. செந்திலுக்குக் காலையில் எழுந்ததும் தேநீர் வேண்டும் என்பதால், தெருமுனையில் இருக்கும் டீக்கடையில் இருந்து அந்தச் சிறுவன் இரண்டு கண்ணாடிக் குவளைகளில் தேநீர் கொண்டு வந்து தந்திருந்தான். இன்னொரு கிளாஸை நான் எடுத்துக் குடித்துவிட்டு மீண்டும் படுத்துக்கொண்டேன். இரு சக்கர வாகனம் நிறுத்துவதற்குக் கொஞ்சம் இடமும் அதையொட்டிய குளியலறையும் ஒரே ஒரு படுக்கையறையும் கொண்ட அந்த வீட்டில் சன்னல் எதுவும் இல்லாததால் ஈரமும் புழுக்கமும் கொண்ட அவிந்த மனம் எப்போதும் இருக்கிறது. அதுவும் கூட எங்காவது வெளியில் போய்விட்டு உள்ளே வந்தால் அந்த வாடை முகத்தில் வந்து மோதும். பாயில் படுத்துக்கொண்ட சற்று நேரத்தில் பழகிவிடும். எப்போவாவது அபூர்வமாக அறைக்கு வரும் செந்திலின் நண்பர்கள், வந்தவுடன் கொஞ்ச நேரம் அமைதியாக இருப்பதற்கு இந்த நாற்றம் கூட ஒரு காரணமாக இருக்கலாம். நான் பாயில் சுருண்டு படுத்துக்கொண்டு அவர்கள் பேசுவதை

வேடிக்கை பார்த்துக்கொண்டிருப்பேன். எனக்கும் வேலை கிடைத்துவிட்டால் நண்பர்கள் கிடைத்துவிடுவார்கள்.

செந்திலின் நண்பர்களை என்னுடைய நண்பர்களாக நினைக்க முடிவதில்லை. தயக்கமாக இருக்கும். மது அருந்தும்போது அந்தத் தயக்கம் விலகும் நேரங்களில் அவர்கள் என் மீது அதீத கரிசனம் கொண்டார்கள். வேலை தேடி அலைந்த நேரம் போக மீதி நேரங்களை நான் எப்படி அறையிலேயே கழிக்கிறேன் என்று ஆச்சர்யமடைந்தார்கள். அறையில் தொலைக்காட்சி இல்லை என்பதும் அவர்களுக்கு அதிர்ச்சியாக இருந்தது. செந்திலுக்குத் தொலைக்காட்சி பார்க்கப் பிடிக்காது என்பதைத் தவிர, அறையில் தொலைக்காட்சி இல்லாததற்குச் சிறப்பான காரணம் எதுவும் இல்லை. எனக்குப் படம் பார்க்கப் பிடிக்கும். அதனால் என்னிடம் இருக்கும் சாம்சங் போனில் முடிந்தவரை நான் படங்களைப் பார்த்துக்கொள்கிறேன். அலைபேசியின் திரையில் கீழிருந்து மேலாக ஒரு கீறல் இருக்கிறது. ஆனால் அது படம் பார்ப்பதற்கு அத்தனை தொந்தரவாக இருப்பதில்லை.

"அவன் பாக்குற படத்தை நம்மால ஒரு அஞ்சு நிமிஷம் கூட பாக்க முடியாதுடா, அவ்ளோ கண்றாவியா இருக்கும்..." என்று செந்தில் தனது நண்பர்களிடம் அலுத்துக்கொள்வான்.

"எப்படி ப்ரோ பொழுது போகுது? எவ்ளோ நேரம் ரீல்ஸ் மட்டுமே பாப்பீங்க...?"

"இல்ல, நான் ரீல்ஸ், ஷாட்ஸ்லாம் பாக்க மாட்டேன்...!"

"அப்புறம்...?"

"படிப்பேன்..."

"என்ன படிப்பீங்க...?"

அதற்கு எப்போதும் பதில் சொல்வதில்லை. அதுவொரு சம்பிரதாயமான கேள்வி. நான் பதில் சொல்லவில்லையென்றாலும் அது பற்றி அவர்கள் கவலை கொள்வதில்லை என்பதால் அமைதியாக இருந்துவிடுவேன். பேச்சு எப்படியோ வேறு திசையை நோக்கி நகர்ந்துவிடும். அந்த இருட்டான அறையின் மூலையில் இருக்கும் சிமெண்ட் அலமாரியில் எனது உடைகளோடு

உடையாகக் கலைந்து கிடைக்கும் புத்தகங்களை யாரும் இதுவரை கவனித்ததில்லை. அவர்களையும் குறை சொல்ல முடியாது, உற்றுப் பார்த்தால்தான் எங்களுக்கே தெரிகிறது. செந்திலுக்கு வாசிக்கும் பழக்கம் இல்லாததால், அது பற்றிய உரையாடல்களும் நடப்பதில்லை. அது எனக்கு ஆசுவாசமாக இருந்தது. அந்தரங்கமான தனிமையைப் பராமரித்துக்கொள்ள அது உதவியது. வாசிப்பது குறித்து ஃபேஸ்புக்கில் கூட நான் எதுவும் எழுதுவதில்லை. வாசிப்பது, தனியாக இருக்கையில் அது குறித்துக் கற்பனை செய்வது, கதையில் வரும் பாத்திரங்களை மாற்றியமைத்து அதனுடன் மானசீகமாக உரையாடுவது என்பதாக எனக்குப் பொழுது போகிறது.

சென்னைக்கு வந்து ஆறு மாதம் ஆகிவிட்ட போதும் வேலை கிடைக்காமல் இருப்பதற்கு, எனது சோம்பேறித்தனமும் ஒரு காரணமாக இருக்குமோ என்று எனக்கே அவ்வப்போது சந்தேகம் வந்தது. இல்லை. அம்பத்தூர் எஸ்டேட், பெருங்குடி, ஸ்ரீபெரும்புதூர், இருங்காட்டுக்கோட்டை என்று வேலை தேடி அலையாத இடம் இல்லை. கிடைக்கவில்லை. அல்லது கிடைத்த இரண்டு வேலைகளிலும், சில வாரங்களுக்கு மேல் நிலைக்க முடியவில்லை. அதற்கு என்னுடைய பலவீனம் எதுவும் காரணம் இல்லை என்று எனக்குத் தெளிவாகத் தெரியும். செந்தில், அறைக்கு வாடகை கேட்பதில்லை. சாப்பாட்டுக்கு ஒன்றும் பெரிதாகச் செலவாவதில்லை. மாதத்துக்கு ஒருமுறை ஊருக்குச் செல்கையில் அப்பாவுக்குத் தெரியாமல் அம்மா தரும் காசு போதுமானதாக இருக்கிறது. மீறிப் போனால், சென்னையிலேயே இருக்கும் கல்லூரி கால நண்பர்களிடம் கடன் வாங்கிக்கொள்ள முடிகிறது. செந்திலிடம் அப்படியான நெருக்கம் அமையவில்லை. அவனும் சாப்பிடக் காசு இருக்கா என்று கேட்பதில்லை. நான் அவனது அறையில் இருக்கிறேன் என்பதைத்தாண்டி என் இருப்பு அவனை எந்த விதத்திலும் பாதிப்பதில்லை. முழு இரவும் அறைக்கு வராமல் இருந்தாலும், மறுநாள் அறைக்கு வரும்போதுதான், எங்கடா போயிருந்த என்று கேட்பான்.

காலையில் இரண்டு தேநீரில் ஒன்று மிச்சம் இருக்கையில் மட்டும் நான் இல்லாதது அவனுக்குத் தோன்றுமோ என்னவோ.

“எங்கடா போன...?”

ஒப்புக்கு எதாவது சொல்வேன்... அடுத்த கேள்வி இருக்காது. அது எனக்கும் வசதியாக இருக்கும். அவன் அலுவல் ரீதியாக எங்காவது போனால் அவன் எத்தனை நாள் கழித்துத் திரும்பி வந்தாலும் நான் எதுவும் கேட்பதில்லை. ஆரம்பத்தில் அவனுக்கு அது விசித்திரமாக இருந்திருக்கவேண்டும். பிறகு அப்படி இருப்பதில் என்னைப் போலவே அவனும் ஒருவித சொகுசைக் கண்டடைந்திருந்தான். பேருந்து நிறுத்தத்தில் காத்திருக்கும் இருவரைப் போல அல்லது ரயில் நிலைய சிமெண்ட் பெஞ்சில் உட்கார்ந்திருப்பவர்களைப் போல என்று நான் அதை உருவகிப்பதுண்டு. செந்திலுக்கு இத்தகைய உவமைகள் தோன்ற வாய்ப்பில்லை. அவனுக்குத்தான் வாசிக்கும் பழக்கம் கூட இல்லையே! உவமைகள்தான் தோன்றாதே தவிர, இதைப் போன்ற சொகுசுகளை அவனால் எளிதாக வரித்துக்கொள்ள முடிகிறது.

செந்தில் கிளம்பி வேலைக்குப் போய்விட்டான். மறக்காமல் மின்விளக்கை அணைத்துவிட்டுப் போயிருந்தான். அவனது இரு சக்கர வாகனத்தை எடுத்துக்கொண்டு மீண்டும் கதவைப் பழையபடி சாத்தி வெளிப்புறம் தாழ்ப்பாள் போட்டுவிட்டுக் கிளம்பியிருந்தான். அந்தத் தாழ்ப்பாளை உள்ளிருந்தும் விலக்க முடியும். சன்னல் இல்லாத அந்த அறை முழு இருட்டுக்கு வந்திருந்தது. இன்னும் கொஞ்ச நேரம் தூங்கலாமா என்று முயன்று பார்த்தேன். தூக்கம் வரவில்லை. பிறகு வெறுமனே படுத்துக்கிடந்தேன். அலைபேசியை எடுத்துப் பார்த்தேன். பத்து மணியாகிப் பத்து நிமிடங்கள் ஆகியிருந்தது. ஏதாவது படிக்கலாம் என்று இருந்தது. படிக்கவேண்டும் என்றால், மின்விளக்கைப் போடவேண்டும். ஆனால் அந்த இருட்டிலேயே இருக்கவேண்டும் போல இருந்தது. வெளிச்சம் ஒரு அத்துமீறலாகவே எப்போதும் இருக்கிறது. ஒரு மணி நேரத்துக்கு மேல் அப்படியே கிடந்தேன். பசிக்க ஆரம்பித்துவிட்டது. எழுந்து குளியறைக்குப் போய் பல் துலக்கி முகம் கழுவினேன். குளித்து விடலாமா...? பல் துலக்கிய சொற்ப நேரத்துக்குள்ளேயே குளியறைக்குள் வெளிப்பட்ட புழுக்கம் உடலை நனைத்துவிட்டிருந்தது. இப்போது குளித்தால், குளித்தது போலவே இருக்காது என்பதால் வெளியே வந்து சட்டையை எடுத்து மாட்டிக்கொண்டு அலமாரியில் பேண்டுக்கு அடியில் கைவிட்டு அங்கிருந்த

சொற்ப பணத்தை எடுத்து அப்படியே கால் சட்டைப் பையில் வைத்துக்கொண்டு வீட்டை விட்டு வெளியே வந்தேன். பூட்டும் சாவியும் கதவை ஒட்டிய கைப்பிடியில் இருந்தது. பூட்டினேன். நடந்து தெருமுனைக்கு வந்தபோது, தண்ணீர் லாரி வந்துவிட்டிருப்பது தெரிந்தது. . நைட்டியுடன் இருந்த பெண்கள் கும்பலாகத் தண்ணீர் பிடித்துக்கொண்டிருந்தார்கள்.

சங்கீதா எப்போதும் போல ஒரு குடத்துக்கு இரண்டு ரூபாய் என்று வாங்கி அதை டேங்கர் லாரி ஓட்டுனரிடம் கொடுக்கும் பணியைச் செய்துகொண்டிருந்தாள். நைட்டியைத் தூக்கி இடுப்பில் சொருகிக்கொண்டு, குடங்களை வாங்கி வைப்பதும், நிரம்பிய குடத்தை நகர்த்துவதுமாகப் பரபரப்பாக இருந்தாள். அவளுக்குக் கொஞ்சம் பெரிய முலைகள். தளும்பும் அவை அதிர்வுடன் அசைந்துகொண்டிருந்தன. சில நேரங்களில் ஒரு சிறிய நாற்காலியைப் போட்டு உட்கார்ந்து கொண்டு தண்ணீர்க் குடங்களை நிர்வகிப்பாள். அவளது லூசான நைட்டியின் வழியாகப் பார்க்கக் கிடைக்கும் அவளது கிளிவேஜ் அழகாக இருக்கும். அவளுக்கு என் மீது அலாதியான ஈர்ப்பு இருந்தது. வெளிப்படையாகக் கேலி செய்வாள். தண்ணீர்க் குடத்துக்குத் தர என்னிடம் சில்லறைக் காசு இல்லையென்றால், அதைப் பொருட்படுத்த மாட்டாள். நான் செல்வதற்குத் தாமதமாகும் சமயங்களில், டேங்கர் லாரி கிளம்பிவிட்டாள் கூட, அவளிடம் இருக்கும் உபரி குடத்தில் தண்ணீர் பிடித்துவைத்திருப்பாள். எனக்கு அவளை விட அவளது முலைகள் பிடித்திருந்தன. அவள் குடத்தை இடுப்பில் வைத்துக்கொண்டு நடக்கையில் நான் நிதானமாக அவளை ரசிப்பேன். அவளுக்கு அதைப்பற்றி போதம் இருக்குமா என்று தெரியவில்லை. எப்படி அவள் அதை மறைப்பதற்கு மெனக்கெடுவது இல்லையோ அதே போல என்னை வசீகரிப்பதற்கும் அவள் முயல்வதில்லை. எனக்கு அவள் மீது காமம் தோன்றுவதற்கு அது கூட காரணமாக இருந்திருக்கலாம். ஈரம் படர்ந்த நைட்டி ஒட்டியிருக்கும் அவளது பசிய முலைகள் நிறைய முறை என் சுயமைதுனத்துக்கு உதவியிருக்கின்றன. இருபது வயதுக்கு மேல் இருக்கும் என்றாலும் அவளது சுபாவத்தில் சிறுமியின் தன்மைகளே கூடியிருந்தன. எனக்கும் அவளுக்கும் கிட்டத்தட்ட சம வயதுதான் இருக்கும் என்றாலும், நான் ஏன் அவளை விட வயது கூடியவனைப் போல் யோசிக்கிறேன் என்பது எனக்கே சலிப்பாக இருந்தது.

அவள் மீது சமீபத்தில் சட்டென்று ஆர்வம் குன்றிப் போனது. நான் குடத்தை எடுத்துக்கொண்டு அவளது முலைகளைப் பார்த்தபடி நகரும்போது ஒருநாள், அந்தக் குட்டி நாற்காலியில் உட்கார்ந்திருந்த அவள் அண்ணாந்து என்னைப் பார்த்துச் சிரித்தாள். அவளது நாசி சுத்தமாயிருக்கவில்லை. காய்ந்த பற்றுடன் இருந்தது. அவள் மீதான வசீகரம் எனக்கு வடிந்துவிட்டது. அன்று முதல் அவளது முலைகள் என்னைக் கிளர்ச்சியூட்டவில்லை. என் மனதின் அடுக்குகளில் இருந்து சுயமைதுனத்துக்கு உதவும் அவளது சித்திரத்தை அழித்துவிட்டேன். ஆனால் அவளைப் பார்த்துப் புன்னகைப்பதிலும் அவளது கேலிகளுக்குப் பதில் சொல்வதிலும் தடை ஏற்படவில்லை.

நான் அவளைக் கடக்கும்போது, "தண்ணீ...?" என்று என்னைப் பார்த்துக் கேட்டாள்.

"இருக்கு...!" என்று சொன்னேன்.

மாலையிலும் லாரி வரும் என்பதால் அவள் மேற்கொண்டு எதுவும் கேட்கவில்லை.

இடது புறம் திரும்பி சைதாப்பேட்டை ரயில் நிலையம் செல்லும் சாலையில் நடந்தேன். அதையொட்டி ஒரு மெஸ் இருக்கிறது. அங்கு ஊத்தப்பம் நன்றாக இருக்கும். காலையிலேயே ஆம்லெட் கிடைக்கும். ரெண்டு ஊத்தப்பமும் ஒரு ஆம்லெட்டும் சாப்பிட்டால் சாயந்திரம் வரை தாங்கும் என்ற எண்ணத்துடன் அங்கு போனேன். சாப்பிட்டுவிட்டு ரயில் நிலையத்தின் உள்ளே போய் உட்கார்ந்து மதியம் வரை வேடிக்கை பார்ப்போம் என்பதுதான் திட்டமாக இருந்தது. மொபைல் டேட்டா இன்னும் எவ்வளவு மிச்சம் இருக்கிறது என்று தெரியவில்லை. அதனால் கையில் கிடைத்த ஒரு கவிதைப் புத்தகத்தையும் எடுத்துவந்திருந்தேன்.

மெஸ்ஸில் கூட்டம் இல்லை. இருக்கைக்கு அருகில் கிடந்த காலி நாற்காலியில் புத்தகத்தை வைத்துவிட்டு, உள்ளே போய் கை கழுவிவிட்டு வந்து அமர்ந்தேன். பரிமாறுபவனுக்கு என்னைத் தெரியும். மெலிதான புன்னகையுடன் ஊத்தப்பத்தைக் கொண்டு வந்து வைத்தான்.

ரயில் நிலையம் காலை நேர பரபரப்பு முடிந்து அமைதியாக இருந்தது. இங்கொன்றும் அங்கொன்றுமாக ஆட்களின்

தலைகள் தெரிந்தன. அடுத்த மின்சார ரெயில் வருவதற்கு இன்னும் பத்து நிமிடங்கள் இருக்கிறது. கொஞ்சம் கொஞ்சமாக அந்த நேரத்திலும் ஆட்கள் சேகரமாகிக்கொண்டிருந்தார்கள்.

சில மாதங்களாக இந்த ரயில் நிலையத்துக்கு வருவது, அங்கு கிடக்கும் சிமெண்ட் பெஞ்ச் ஒன்றில் உட்கார்வது, வேடிக்கை பார்ப்பது, அங்கிருக்கும் கடையில் தண்ணீர் பாட்டில் வாங்குவது, கையில் எதுவும் புத்தகம் இல்லாதபோது அந்தக் கடையில் இருந்து ஆனந்த விகடனோ, ஜூனியர் விகடனோ அல்லது குமுதமோ வாங்கிப் படிப்பது என்பது வழக்கமாகியிருக்கிறது. அங்கு வாங்கும் புத்தகங்களை அறைக்கு எடுத்துப் போவதில்லை. அப்படியே அந்த பெஞ்சில் வைத்துவிட்டு எழுந்து போய்க்கொண்டிருந்தேன். ஒருநாள் நான் எதேச்சையாகத் திரும்பிப் பார்க்கையில், என் தலை மறைந்ததும் அந்தக் கடைக்காரனே வந்து அப்புத்தகத்தை எடுத்துப் போய் மீண்டும் கொக்கியில் மாட்டுவதைப் பார்த்தேன். எனக்கு அவனது செய்கை பிடிக்கைவில்லை. இத்தனைக்கும் அடிக்கடி நான் அங்கு சென்று உட்கார்வதில் அவன் எனக்குப் பரிச்சயமாகியிருந்தான். புன்னகைப்பான், ஏதாவது என்னிடம் கேட்பான். “படித்துவிட்டு, நீங்க எடுத்துக்கொண்டு போகவில்லை என்றால், என்னிடமே கொடுத்துவிடுங்கள் ப்ரோ” என்று அவன் என்னிடம் கேட்டிருக்கலாம். காசு கொடுத்து வாங்கி, பிறகு படித்துவிட்டு அதை அவனிடம் திருப்பிக் கொடுப்பதற்கு நான் தயங்குவேன் என்று அவன் நினைத்திருக்கலாம், அல்லது திரும்பி வாங்கிக்கொள்ளும் புத்தகத்தை முழு விலைக்கு விற்பது அவனுக்குச் சங்கடமாக இருந்திருக்கலாம். எப்படிப் பார்த்தாலும், எப்போது நான் புத்தகத்தை வைப்பேன் என்று காத்திருந்து அதை எடுத்துக்கொண்டு போய் அவன் மீண்டும் விற்பனைக்கு வைத்தது எனக்கு அதிருப்தியாக இருந்தது. அந்தச் சம்பவத்திற்குப் பிறகு, புத்தகத்தை அந்த பெஞ்சில் வைத்துவிட்டு வராமல் திரும்பி வரும்போது ரயில்வே டிராக்கை கடக்கும் வழியில், அதைப் போட்டுவிட்டு வந்தேன். ஒருமுறை அதை எடுத்துக்கொண்டு என் பின்னாலயே ஓடி வந்து என்னிடம் தர முயன்றான் ஒருத்தன். எனக்குத் தெரியாமல் என் கையிலிருந்து நழுவி விட்டதாக அவன் நினைத்துவிட்டான். கல்லூரி செல்பவன் போல இருந்தான்.

"இல்ல, நானே தான் தூக்கிப் போட்டேன், நீ வேணா படி..." என்று சொன்னேன். அவனுக்குக் குழப்பமாக இருந்திருக்கவேண்டும். சிறிது நேரம் யோசித்தவன் பிறகு அதை அந்த இடத்திலேயே போட்டுவிட்டு அங்கிருந்து அகன்றான்.

நான் கையிலிருந்து புத்தகத்தின் நடுப்பகுதியில் பிரித்து ஒரு கவிதையை வாசித்தேன். "என் படுக்கையறையில் யாரோ ஒளிந்திருக்கிறார்கள்" என்ற புத்தகம். மனுஷ்யபுத்திரன் என்று ஒரு கவிஞருடையது. எழுத வந்த காலத்தில் சிறிய சிறிய புத்தகங்கள் எழுதியிருக்கிறார். சமீபகாலங்களில் அவரது நூல்கள் எல்லாம் தலையணை சைஸில் இருக்கின்றன. அதனால் நான் வாங்குவதில்லை. இங்கு தூக்கிக்கொண்டு வந்து படிப்பதற்கும் சிரமம். கவிதையைப் பொறுத்த வரை எனக்குக் குறைவான பக்கங்கள் கொண்ட சிறிய புத்தகங்களே வசதியாக இருக்கின்றன.

தாம்பரம் மார்க்கமாகச் செல்லும் ஒரு ரயில் வந்து நின்றது. சொற்பமானவர்கள் இறங்கினார்கள். நிறைய பேர் ஏறினார்கள். நான் ரயிலை நோக்கியபடி பெஞ்சில் உட்கார்ந்திருந்தேன். ரயிலில் இருந்து இறங்குபவர்களிடம் பதட்டமில்லாத உடல்மொழியும், ரயிலை நோக்கி நடப்பவர்களிடம் கூட்டமே இல்லாவிட்டாலும் கூட கொஞ்சம் பரபரப்பான உடல்மொழியையும் இருப்பதைக் கவனித்திருக்கிறேன். இன்றும் அப்படித்தான் இருந்தது. அப்போது ரயிலுக்கு இணையாக நான் உட்கார்ந்திருக்கும் திசையை நோக்கி ஒருத்தி நடந்து வந்துகொண்டிருந்தாள். ரயிலில் ஏற வருபவள் போலவோ அல்லது ரயிலில் இருந்து இறங்கி வருபவளைப் போலவோ அவள் இல்லை. பரபரப்பான ஆட்களுக்கு மத்தியில் தனியாக ஒருத்தி மிதந்து வருபவளைப் போல இருந்தது அவளது சுபாவம். அத்தனை பரபரப்புக்கு நடுவிலும் அவள் தனியாகத் தெரிந்தாள். நான் அவளை உற்றுப் பார்த்துக்கொண்டிருந்தேன்.

அவள் தனது முப்பதுகளின் தொடக்கத்தில் இருக்கக் கூடும். மாநிறம். தோல் மினுமினுப்பாக இருந்தது. நடு வகிடு எடுத்து தலை சீவியிருந்தாள். கேசம் முழுக்கவும் காற்றில் அலைந்துகொண்டிருந்தது. கழுத்தில் சிறிய மணி. மிகச் சாதாரண புடவையும் ரவிக்கையும் அணிந்திருந்தாள். உடம்பில் கூடுதல் சதை என்று எதுவும் இல்லை. ஆனால்

அவள் ஒல்லியாக இல்லை. நல்ல உயரமாக இருந்தாள். புடவையின் முந்தானையை இறுக்கமாக இடுப்பில் சொருகியிருந்தாள். நான் சற்று முன்பு படித்திருந்த கவிதையின் ஆதிக்கத்தில் இருந்தேன். அந்தக் கவிதைக்கும் அவளுக்கும் எந்தத் தொர்பும் இல்லை. அக்கவிதை பெண்களைப் பற்றிய கவிதையும் அல்ல. ஆனால் அக்கவிதை என்னைத் தொந்தரவூட்டியிருந்தது. விசித்திரமாக அது தனியாக நடந்துவரும் அவள் மீது பார்வையைக் குவிக்கத் தூண்டியது. ஒரு நல்ல கவிதை, நாம் இருக்கும் சூழலில் இருந்து நம்மைத் தனியனாக்கும் போல. அது தனியாக நடந்து வரும் ஒருத்தியை, அல்லது கூட்டத்தில் இருக்கும் ஒருத்தியைக் கூட தனியாக இருக்கிறாள் என்று உருவகிக்க வைத்தது.

சில வினாடிகளில் நான் மீண்டும் கவிதைக்குள் தலையைப் புதைத்தேன். ரயில் நிலையம் மீண்டும் அமைதிக்குள் விழுவதை என்னால் உணர முடிந்தது. நான் நிமிர்ந்து பார்த்தேன். நான் உட்கார்ந்திருந்த பெஞ்சின் மறுமுனையை ஒட்டி அவள் நின்றிருந்தாள். அவள் என்னைப் பிரத்யேகமாக கவனிக்கவில்லை. ஆனால் என்னைத் தவிர்க்கவும் இல்லை. அவளும் என்னைப் பார்த்தாள். அவள் புன்னகைக்கிறாளா, ஹலோ என்று சொல்வதைப் போன்ற பாவனையை வெளிப்படுத்துகிறாளா என்று எனக்குப் புரிந்துகொள்ள முடியவில்லை. எனக்கு அருகில் யாருமில்லை. அவள் சாவகாசமாக பெஞ்சின் அந்த முனையில் உட்கார்ந்தாள். அதுவொன்றும் அத்தனை நீளமான பெஞ்ச் அல்ல. நான்கு பேர் நெருக்கியடித்து உட்காரலாம் அவ்வளவுதான். நான் புத்தகத்தின் நடுவே விரலை வைத்து மூடி என் மடியில் வைத்துக்கொண்டு அவளைப் பார்த்தேன். அவளும் திரும்பி என்னைப் பார்த்தாள். அவளைப் போல எந்தச் சமிக்ஞையும் இல்லாமல் என்னால் பார்க்க முடியவில்லை. எனக்குத் தடுமாற்றமாக இருந்தது. நான் மெலிதாகப் புன்னகைத்து என்னைச் சகஜமாக்கிக்கொள்ள முயன்றேன். அவளும் சிரித்தது போலவே தோன்றியது.

அவளது நெற்றி உயர்ந்திருந்தது. அங்கிருந்து நேர்க்கோடாக அவளது கூரான நாசி அவளை ஆளுமையானவளாகக் காட்டியது. அதற்குத் தொடர்பே இல்லாமல் அவளது கண்கள் சாந்தமாக இருந்தன. அவளது மேவாய் நுட்பமாக வரைந்தது போன்ற பள்ளத்துடன் அழகாக இருந்தது.

சொற்ப விநாடிகளில் நான் இத்தனை தீவிரமாக அவளை ஆராய்ந்துவிட்டு புத்தகத்தை விரித்து அடுத்த கவிதைக்குப் போனேன்.

"என்ன புக் அது...?"

அவள்தான் கேட்கிறாள்.

நான் நிமிர்ந்து ஸ்நேகமான பாவனையில் புத்தகத்தை அவளிடம் நீட்டினேன்...

"இல்ல... நீங்க சொல்லுங்க என்ன புக்குனு..."

சொன்னேன். அவளுக்கு அதைப் பற்றி எதுவும் தெரிந்திருக்கவில்லை. எனக்கு அதில் ஆச்சர்யமில்லை.

"உங்களை நான் இங்க அடிக்கடி பாக்குறேன். நீங்க என்ன பண்றீங்க....?"

எனக்கு அவள் கேட்டது ஆச்சர்யமாக இருந்தது. நான் அவளை ஒருமுறை கூட அங்கு பார்த்திருக்கவில்லை.

"சும்மாதான் இருக்கேன். பக்கத்துலதான் ரூம். போரடிக்கும்போது இங்க வருவேன். படிச்சிட்டிருப்பேன். எதாவது வேடிக்கை பாத்திட்டிருப்பேன்..."

"இங்க என்ன இருக்கு வேடிக்கை பாக்க..."

சொல்லிவிட்டு என்னுடைய பதிலை எதிர்பார்க்காதவள் போல அவளாகவே சிரித்துக்கொண்டாள். நான் எதுவும் சொல்லவில்லை.

அவள் அமைதியாக உட்கார்ந்து வெறுமனே கிடந்த தண்டவாளங்களை வேடிக்கை பார்த்துக்கொண்டிருந்தாள். தூரத்தில் காக்கி உடை அணிந்த ஒரு போலீஸ்காரன் எங்களை நோக்கி வருவது தெரிந்தது. இப்போது அவளது உடல் மொழியில் விறைப்பு வந்துவிட்டது. முகத்தை இறுக்கமாக வைத்துக்கொண்டாள். சற்று முன்பு என்னிடம் இணக்கமாகப் பேசிக்கொண்டிருந்தவள் இல்லை அவள். இப்போது அவள் என்னிடமிருந்து முழுவதுமாகத் துண்டித்துக்கொண்டாள்.

ரயில் நிலையத்தில் காவலர்கள் இங்கும் அங்கும் நடப்பதை நான் கண்டிருக்கிறேன். அதனால் எனக்கு அதில்

வித்தியாசமாக எதுவும் தோன்றவில்லை. வந்தவன் நேராக எங்கள் அருகில் வந்து நின்றான்.

"ஒன்னும் தொந்தரவு இல்லையே சார்...?" என்று என்னைப் பார்த்து கேட்டான். எனக்கு அவனது கேள்வி குழப்பமாக இருந்தது.

"இல்லை, தொந்தரவு ஒன்னும் இல்லை" என்று சொன்னேன். அவள் இந்த உரையாடலுக்குத் தொடர்பில்லாதவள் போல அதே விறைப்புடன் வேறெங்கோ பார்த்தபடி உட்கார்ந்திருந்தாள். இப்போது நான் அவளது முகத்தைப் பார்த்தேன். ஆனால் சில வினாடிகள் எங்கள் இருவரையும் மாறி மாறிப் பார்த்த போலீஸ்காரன், எங்களைத் தாண்டி பிளாட்ஃபாரத்தில் நடக்கத் தொடங்கினான். அவன் விலக விலக அவளது உடல் தளர்ந்து நிதானத்துக்கு வந்தது. இப்போது என்னைப் பார்த்து பழைய இயல்புடன் புன்னகைத்தாள். எனக்கு அவளது செய்கை விசித்திரமாக இருந்தது. நான் மீண்டும் புத்தகத்துக்குள் நுழைந்துகொண்டேன்.

"என்னோட வீடு இங்க பக்கம்தான்..." என்று நான் வீடு திரும்பும் திசைக்கு எதிர்த் திசையில் ரயில்வே கேட்டுக்கு எதிர்ப்புறம் கைகாட்டினாள்...

"பீச் போற ட்ரைனுக்கு வெயிட் பண்றீங்களோ..."

"இல்ல, கஸ்டமருக்கு வெய்ட் பண்றேன்..."

"கஸ்டமர்னா...?"

"கஸ்டமர்னா... கஸ்டமர்தான்...!"

இப்போது அவளது சிரிப்பில் மெல்லிய சங்கடமும் வரவழைத்துக்கொண்ட சகஜமும் இருந்தது. அல்லது எனக்கு அப்படித் தோன்றியது. அதே நேரத்தில் அவள் இயல்பாக இருப்பதாகவும் பட்டது.

"அதனால்தான் அந்த போலீஸ்காரனைப் பார்த்ததும் முகத்தைத் திருப்பிக்கிட்டீங்களா..?"

"அப்படி ஒன்னும் இல்ல. அவங்களுக்குத் தெரியும். ஆனா எதாவது கஸ்டமர்கிட்ட நாங்களா பேசிடக் கூடாது, வலிய போயி கூப்பிட்டுற கூடாதுனு கண்டிஷன் பண்ணுவாங்க..."

"ஓ அதான் எங்கிட்ட வந்து ஏதும் பிரச்சினை இல்லையேன்னு கேட்டாரா...?"

"ஆமா. நல்ல வேலை நீங்க அப்படி ஒன்னும் சொல்லல..."

நீங்க ஒன்னும் பிரச்சினை பண்ணலையே எங்கிட்ட என்று சொன்னேன். என்னுடைய தொனி அவளுக்கு நகைப்புக்குரியதாக இருந்திருக்கவேண்டும். அல்லது வெகுளித்தனமாகத் தோன்றியிருக்கவேண்டும். ஒரு காலைத் தூக்கி பெஞ்சின் மீது வைத்துக்கொண்டு அதில் முழங்கையைப் பதித்தபடி உள்ளங்கையால் கன்னத்தில் தாங்கியபடி என்னைப் பார்த்துக்கொண்டிருந்தாள். காற்றில் தலைமுடிகள் பறந்துகொண்டிருந்தன. அந்தச் சூழலில் அவள் மிகவும் ரம்மியமாகத் தோன்றினாள்.

நான் புத்தகத்தை மூடி எனக்குப் பக்கத்தில் வைத்துவிட்டு, "ரொம்ப ரம்மியமா இருக்கீங்க..." என்று அவளிடம் சொன்னேன்.

"அப்படின்னா...?"

"அழகா இருக்கீங்க...!"

"ஓ...!"

அவள் எழுந்து போய் பக்கத்தில் இருந்த கடையில் இரண்டு ஜூஸ் பாட்டில்கள் வாங்கி வந்தாள். எனக்கொன்றைக் கொடுத்தாள். நான் சம்பிரதாயமாகக் கூட அதை மறுக்கவில்லை. இரண்டு பேரும் அதைக் குடித்தபடி மீண்டும் அமைதியாகக் கிடந்த தண்டவாளத்தை வேடிக்கை பார்த்துக்கொண்டிருந்தோம். புறநகர் ரயில் ஒன்று அதீத சத்தத்துடன் ரயில் நிலையத்தில் நிற்காமல் தடதடவெனக் கடந்து மறைந்தது.

நான் அவளுக்கு இணையாக அவளுடைய வீட்டை நோக்கி அவளுடன் நடந்துகொண்டிருக்கையில், "நான் முன்னாடி நடக்கிறேன் நீங்க கொஞ்சம் இடைவெளி விட்டு என் பின்னாடி வாங்க..." என்று சொல்லிவிட்டு நடந்தாள்.

"லெஃப்ட் சைட்ல ஒரு மாரியம்மன் கோவில் இருக்குல்ல, அதை ஒட்டி போற தெருவுல உள்ள போனா அஞ்சாவது காம்பவுண்ட்." சொல்லிவிட்டுத் திரும்பிப் பார்க்காமல் நடந்தாள்.

எனக்கு அவள் சொல்லும் தெருவைத் தெரிந்திருந்தது. அதுவும் செந்தில் இருக்கும் தெருவைப் போலவே இருக்கும். தெரு முனையில் பெரிய கருப்பு நிற பிளாஸ்டிக் தண்ணீர் டேங்க் இருக்கும். ஆண்கள் முண்டா பனியனுடன் பெண்கள் நைட்டியுடனும் தண்ணீர் பிடித்துக்கொண்டிருப்பார்கள். அதைத்தாண்டி ஒரு ஆந்திரா மெஸ் இருக்கிறது. சின்ன சந்துக்குப் பக்கத்தில் மாடியேறிப் போகவேண்டும். கசகசவென வியர்வையுடன் சாப்பிட்டு விட்டு வரலாம். ஆனால் சாப்பாடு நன்றாக இருக்கும்.

கோவிலையொட்டி வளைந்து நடந்தேன். இரண்டு பேர் இடித்துக்கொள்ளாமல் நடக்கிற அளவுக்கு நடைபாதையும் அதன் இருபுறமும் வரிசையாக அறைகளும் கொண்ட காம்பவுண்ட் வீட்டில் அவளது வீடு இரண்டாவதாக இருந்தது. ஒரே அறைதான். பத்துக்குப் பத்து இருக்கும். கதவுக்கு இடது பக்கம் ஒரு சிறிய சன்னல் இருந்தது. அது நடைபாதையை ஒட்டி இருந்ததால், எப்போதும் அதைத் திறப்பதற்கு வாய்ப்பில்லை என்று நினைத்தேன். சன்னலுக்குக் கீழே ஒரு மர பெஞ்ச் இருந்தது. அதன் மீது அடுப்பு செட் பண்ணியிருந்தாள். பக்கத்தில் சுவரில் ஆணி அடித்துப் பதிக்கப்பட்டிருந்த இன்னொரு பலகையில் சமையல் பொருட்கள் இருந்தன. அறையின் குறுக்காக இருபுறமும் விலக்கும்படியான திரை தொங்கிக்கொண்டிருந்தது. திரையை விலக்கவும் சுவரை ஒட்டி ஒரு கட்டில் கிடந்தது. திரைக்கும் கட்டிலுக்கு ஒரு அடி இடைவெளிதான் இருக்கும்.

“உக்காருங்க...” என்று கட்டிலைக் காட்டினாள். நான் செருப்பைக் கழட்டி கதவு ஓரமாக விட்டுவிட்டுக் கட்டிலில் போய் உட்கார்ந்தேன். இரும்புக் கட்டில் மெலிதாகக் கிறீச்சிட்டது. மெத்தை தடிமனாக அழுத்தமாக இருந்தது. மெத்தைக்கான எந்தச் சொகுசும் அதில் இல்லை. கொஞ்சம் மென்மையான மரக்கட்டிலில் உட்கார்ந்திருப்பது போல இருந்தது. சொற்ப பொருட்களே அறைக்குள் இருந்தன. சுவரில் பதிக்கப்பட்டிருந்த இன்னொரு அலமாரியில் அவளது துணிகள் மடித்து வைக்கப்பட்டிருந்தன. அலமாரிக்குக் கதவில்லை. அறை ரொம்பவும் சுத்தமாக இருந்தது. எங்களது அறையில் வருவதைப் போன்ற அவிந்த மனம் இல்லை. அந்த அறையின் தனிமையின் புழுக்கம் இல்லை. அறையில் நிரம்பியிருந்த பெண் தன்மை எனக்குப் பிடித்திருந்தது.

அவள் வந்து என் அருகில் உட்கார்ந்தாள். நான் அப்படியே கால்களை நீட்டி அந்தக் கட்டிலில் படுத்துக்கொண்டேன். அவள் என் கையில் இருந்த புத்தகத்தை வாங்கி அவளது உடைகள் மடித்து வைக்கப்பட்டிருக்கும் அலமாரியின் மீது வைத்தாள்.

வர்றீங்களா என்று அவள் ரயில்வே ஸ்டேஷனில் என்னிடம் கேட்டபோது, எனக்கு ஆர்வம் இல்லை என்றுதான் சொன்னேன். பிறகு காசு இல்லை என்று சொல்லியிருந்தேன். எனக்கு இப்போதும் கூட அவள் மீது எந்த ஆர்வமும் தோன்றவில்லை. ஆனால் அந்த அறை பிடித்திருந்தது. பரவால்ல வாங்க என்று அவள் என்னை ஏன் அங்கு அழைத்து வந்திருக்கிறாள் என்று புரியவில்லை. ஒரு வேசியுடன் அவளது அறைக்குப் போய் அதை ரசித்துக்கொண்டிருப்பதில் எதுவும் சாகசம் இருக்கிறதா என்று ஆலோசித்தேன். செந்திலிடம் சொன்னால், அதில் அவனுக்கு ஆர்வம் வந்து “அப்படியா, என்னடா பண்ண...” என்று கேட்பானா என்று தோன்றியது. எனக்கே ஆர்வமில்லாத ஒரு விஷயத்தை அவனிடம் எப்படி ஆர்வத்துடன் பகிர்வது என்றும் குழப்பமாக இருந்தது.

அவளது அலைபேசி ஒலித்தது. ரவிக்கைக்குள் விரலை விட்டு அலைபேசியை வெளியே எடுத்தாள். சிறிய மட்ட ரகமான அலைபேசி. நம்பர்கள் எல்லாம் தேய்ந்து போயிருந்தன. என்னால் நீ சொன்ன நேரத்துக்கு வர முடியவில்லை, இன்னொரு நாள் வருகிறேன் என்று எதிர்முனை சொல்வது எனக்கே கேட்டது. அந்தக் குரலை வைத்து வயதை அனுமானிக்க முடியவில்லை. அவள் வேறு என்னவோ அவனிடம் கேட்டுக்கொண்டிருந்தாள். அதுவொரு உரையாடலாக நீண்டது. ஒரு கையால் செல்போனில் பேசியபடி இன்னொரு கையால் என் கால்களை மாற்றி மாற்றி அமுக்கிவிட்டாள். நான் இன்னும் கொஞ்சம் கீழே நகர்ந்து என் கால்களை எடுத்து அவள் மடியில் வைத்துக்கொண்டேன். அவள் பேசிக்கொண்டே என் கால்கள் முழுக்க அமுக்கி விட்டாள். அலைபேசியை அவ்வப்போது மற்றொரு கையில் மாற்றிக்கொண்டு என் கால்களை அமுக்கிக்கொண்டே இருந்தாள். எனக்கு அது அத்தனை இதமாக இருந்தது. தூக்கம் கண்களைச் சுழற்றியது.

இப்போது அவளது அலைபேசியில் சார்ஜ் குறைந்து விட்டது. எதிர்முனையில் அவன் ஏதோ தீவிரமாகச் சொல்லிக்கொண்டிருந்தான். நான் என்னுடைய போனை அவளுக்குள் கொடுத்தேன். அந்த உரையாடல் முடிந்ததும், அவளுக்கு வேறு சில எண்களுக்கும் அழைக்க வேண்டியிருந்தது. என்னுடைய அலைபேசியில் இருந்தே அழைத்தாள். எந்த நபருக்கும் பெயர் இல்லை. ஒன்று இரண்டு என்றே பெயர்களைச் சேமித்திருந்தாள். பதினெட்டாவது எண்ணின் நம்பரை எடுத்து என்னை டயல் பண்ணித் தரச் சொன்னாள். பிறகு என்னிடம் போனை கொடுத்துவிட்டு வெளியே போய் ஒரு குவளையில் தேநீர் வாங்கி வந்தாள். சூடான தேநீரை அவள் ஆற்றியது நளினமாக இருந்தது. இருவரும் அருந்தினோம். பிறகு ஏதேதோ பேசிக்கொண்டிருந்தோம். நான் அவளது பெயரைக் கூட கேட்கவில்லை. நான் அப்படியே உறங்கிப் போனேன். ஒரு அலைபேசி அழைப்பு என்னை எழுப்பி விட்டது. அந்தப் பதினெட்டாம் நம்பர் கஸ்டமர். நான் போனை அவளிடம் கொடுத்தேன். வாங்கிப் பேசியவள், அவன் வந்துகொண்டிருப்பதாக என்னிடம் சொன்னாள். நான் கிளம்புவதற்குத் தயாரானேன்.

அவள் நிலைப்படியில் நின்று என்னை வழியனுப்பி வைத்தாள். ரவிக்கைக்குள் கைவிட்டுக் கொஞ்சம் பணம் எடுத்து என்னிடம் கொடுத்து, வச்சிக்க என்று சொன்னாள். அப்போது நான் அந்த நடைபாதையில் நினறு என உடலை வளைத்துச் செருப்பின் வாரை மாட்டிக்கொண்டிருந்தேன். வரும் வழியில் அந்த ஆந்திரா மெஸ்ஸில் சாப்பிட்டு விட்டு வந்து செந்திலின் அறையில் படுக்கும்போதுதான், அவள் ஏன் காசு கொடுத்தாள் என்பது அபத்தமாகத் தோன்றியது. நான் மறுத்திருக்கவேண்டும் என்று நினைத்தேன். அதே சமயம் அவள் பணம் கொடுத்ததும் எனக்குப் பிடித்திருந்தது. ஊருக்குப் போய் இரண்டு மாதத்திற்கு மேல் ஆகிறது. என்னிடம் பணம் இருக்கவில்லை. அம்மாவுக்கு வேறு வகைகளில் பணம் அனுப்பத் தெரியாது. வீட்டிற்குப் போனால் மட்டும்தான் அவளால் எனக்குப் பணம் தர முடியும்.

அதற்குப் பிறகு நான்கைந்து முறை அவளை ரயில் நிலையத்தில் வைத்துப் பார்த்தேன். பேசிக்கொண்டிருப்போம். சில சமயம் அவளது கஸ்டமர்கள் என்னை அழைத்தார்கள்.

ஒருமுறை எங்கள் அறைக்கு அருகில் இருந்த பேருந்து நிறுத்தத்தில் இறங்கிவிட்ட ஒருத்தனை நான்தான் செந்திலின் வண்டியில் அழைத்துக்கொண்டு போய் அவள் வீட்டில் இறக்கிவிட்டு வந்தேன். ஒருமுறை அந்த போலீஸ்காரன் அவளது அலைபேசியைப் பிடுங்கித் தண்டவாளத்தில் எறிந்து உடைத்துவிட்டிருந்தான். அவள் இன்னொரு போன் வாங்குவதற்கு ஒரு வாரம் ஆனது. அப்போது நான்தான் அவளுக்கு உதவி புரிந்தேன். அவளது கஸ்டமர்கள் எனக்குத்தான் அழைப்பார்கள். அதில் ஓர் அழைப்பைச் செந்தில் எடுத்தபோதுதான், "அட பிம்ப் தாயோளி" என்று என்னை அறைந்து அந்த நடு ராத்திரியில் அறையை விட்டு வெளியேற்றினான்.

எங்கு செல்வது என்று தெரியாமல் நள்ளிரவில் நீண்ட நேரம் நான் பேருந்து நிலையத்தில் நின்றுகொண்டிருந்தேன். அப்போது அவளிடமிருந்து அழைப்பு வந்தது. வழக்கமாக அப்படியான நள்ளிரவுகளில் என்னை அழைப்பவள் இல்லை அவள். நான் அவளது எண்ணை *Home 2* என்று சேமித்து வைத்திருந்தேன். அந்த அழைப்பை நான் எடுக்கவில்லை. அதற்குப் பிறகு அவள் என்னை அழைக்கவே இல்லை.

- உயிர்மை, ஆகஸ்ட் 2024

மாரியம்மா

பன்னீர் அப்போது வரப்பில் அண்டை வெட்டிக்கொண்டிருந்தான். மாரியம்மா தூரத்தில் பெரிய வரப்பு வழியாக வந்துகொண்டிருந்தாள். அவன் செய்வது அண்டை வெட்டு என்று கூட சொல்ல முடியாது. வரப்பில் வளர்ந்து வயலை நோக்கி நீண்டிருந்த கோரைப்புற்களை மண்வெட்டியால் கழித்து விட்டுக்கொண்டிருந்தான். அண்டை வெட்டும் காலமெல்லாம் போய்விட்டது. டிராக்டர் வந்து உழுகிறது. வண்டி திரும்ப முடியாத மூலைகளில் மாத்திரம் மண்வெட்டியால் கொத்திவிட்டால் போதும். வரப்புகளைக் கழிதது விடுவது அடுத்த வேலை. அவ்வளவு தான், நாற்று நட்டுவிடலாம். விவசாய வேலை இப்போது ரொம்பவும் எளிதாகிவிட்டது. வயசுப் பையன்கள் யாரும் இப்போது விவசாய வேலைக்கு வருவதில்லை. அப்படியே வந்தாலும் அவர்கள் எல்லாரும் செய்வதற்கு வேலையில்லை. எல்லா வேலைகளையும் மெஷின் செய்துவிடுகிறது.

"காலையில சீக்கிரமே வயலுக்கு வந்துட்ட போல..?"

குனிந்துகொண்டு வேலை செய்ததில் மாரியம்மா நெருங்கி விட்டதைப் பன்னீர் கவனித்திருக்கவில்லை. கட்டைக்குரல் அவளுக்கு. அவளுடன் ஒப்பிட்டால் பன்னீருக்கே மென்மையான குரல்தான். அவளது உடல் வாகும் அப்படித்தான் இருந்தது. நெடு நெடுவென

நல்ல உயரம். நரம்புகள் வெளித்தெரியும் நீண்ட கைகள். அகலமான உள்ளங்கை. வெளுப்பாக இருந்தது. கால்களும் அப்படித்தான். அவள் சேற்றில் நடக்கையில் அவளது பாதத் தடம் ஆண்களுடையதைப் போல அகலமாக இருந்தது. வயல் வேலை செய்யும் சொற்ப பெண்களில் அவளும் ஒருத்தி. நீண்ட மூக்கும் ஒடுங்கிய கன்னமும் அவளது முகத்தில் இருக்கும் சிறு சிறு அம்மைத் தழும்புகளும் அவளிடம் கொஞ்சம் கூடுதல் ஆண் தன்மையைக் கொண்டுவந்திருந்தது. ஆனால் அவளது உருவத்துக்குப் பொருந்தாத அடர்த்தியான நீண்ட கூந்தல் அவளுக்கு. அவளது உயரதுக்கே அது அவளது புட்டத்தைத் தாண்டும். குனிந்து வேலை செய்துகொண்டிருக்கையில், அவளது கொண்டை அவிழ்ந்து விட்டால், கேசம் தரையில் புரண்டு விடும்.

சேற்றுக்கையுடன் இருக்கையில் “அடியே... அடியே... இதைக் கொஞ்சம் தூக்கிக் கட்டி விடுடி...” என்று பக்கத்தில் வேலை செய்துகொண்டிருக்கும் எவளிடமாவது கெஞ்சுவாள். அவர்களுக்கு அவளது அடர்த்தியான கூந்தல் மீது பொறாமை இருந்தது. ஆனாலும் மயிலைப்போல அகவும் அவளது குரலைக் கேலி செய்து தங்களது பொறாமையைச் சரி செய்துகொண்டார்கள். அவளுடைய உருவத்தின் மீது எல்லோருக்கும் எள்ளலான பார்வை உண்டுதான். அவளது காது படவே பேசினார்கள். அதற்கு அவள் வருந்துகிறாளா, சங்கடப்படுகிறாளா அல்லது ஆத்திரப்படுகிறாளா என்பதைப் புரிந்துகொள்ள முடிவதில்லை. கேலிக்குள்ளாகும்போது அதைக் கண்டுகொள்ளாதவள் போல மவுனமாக இருந்து விடுவாள். அவள் அமைதியாக இருந்துவிடுவது அவர்களை உற்சாகம் இழக்கச் செய்தது. வேலை செய்கையில் பொழுது போவதற்காக யாரையாவது கேலி செய்யும்போது, குறைந்த பட்சம் அவர்கள் எதாவது முனகினால்தானே அவர்களை மேலும் சீண்ட முடியும். அவள்தான் அமைதியாகக் கடந்துவிடுகிறாளே? அதற்கு மேல் என்ன செய்ய? அதற்காக அவர்கள் அவளுடன் விரோதம் பாராட்டுகிறார்கள் என்றும் இல்லை. ஓய்வு நேரங்களில் அவளுடன் உட்கார்ந்து அரட்டை அடிப்பது, கொண்டு வரும் உணவைப் பகிர்ந்துகொள்வது என்று அந்த இணக்கத்தில் ஒன்றும் குறையில்லை.

பன்னீருக்கு இந்தச் சங்கதி எல்லாம் தெரியும். வயலில் வேலை செய்யும் பெண் பிள்ளைகளின் சச்சரவில் தலையிட நமக்கு

என்ன இருக்கிறது என்று அமைதியாக இருந்துவிடுவான். இல்லையென்றால் "இன்னைக்கு என்ன கால் சட்டை ரொம்ப பொடப்பா இருக்கு, அக்கா வீட்டுக்குத் தூரமா..." என்று எவளாவது கேலி பேசுவாள். கிண்டல் தம் பக்கம் திரும்பி விடும் என்று எச்சரிக்கையாக இருந்துகொள்வான்.

ஆனாலும் மற்றவர்கள் அவளைக் கேலி செய்கையில் அவனுக்கு உறுத்தும்தான். அவள் ஒன்றும் வேற்றாள் இல்லையே? அவனது சித்தப்பா மகன் சேகரின் பொண்டாட்டி தானே அவள். அவன் கோவில்களில் சுதை வேலை செய்வதற்குப் போய்விட்டான். விவசாய வேலை செய்ய விருப்பம் இல்லாமல் கொத்தனார் வேலைக்குப் போனவன், அப்படியே கோவில் வேலைக்குப் போய் கோபுரங்களில் பொம்மை செய்பவனாகியிருந்தான். கும்பாபிஷேகம் முடிந்து கண் திறந்தால்தானே அந்தச் சாமி இந்தச் சாமி என்று அதற்குப் பெயர்? அது வரைக்கும் அது பொம்மைதானே! ஆறு மாசத்துக்கு ஒரு தரம் ஊருக்கு வருவான். மாரியம்மா கொஞ்ச நாள் போய் அவனுடன் இருந்தாள். ஒரு பொங்கல் சமயத்தில் ஊருக்கு வந்தவள் திரும்பவும் போக மறுத்துவிட்டாள். சரி, வீட்டில் ஒண்டியாகக் கிடக்கும் மாமியார் கிழவியையும் பார்த்துக்கொள்ள ஆள் வேண்டுமே என்று சேகரும் அவளைக் கட்டாயப்படுத்தவில்லை. வாக்கப்பட்டு வந்த இந்த ஐந்து வருடத்தில் மொத்தமாகவே அவள் ஊரில் இல்லாதது ஆறேழு மாதம்தான் இருக்கும். இதே வாய்க்கால், இதே வரப்பு. ஆனால் அவளுக்கு இது பிடித்திருந்தது.

அவளை மற்ற பெண்கள் கேலி செய்கையில், சிறுவயதில் இருந்தே கேலிக்கும் கிண்டலுக்கும் பழகியிருப்பாள், உள்ளூர விசனம் இருந்தாலும், இது எப்போதும் நடப்பதுதானே என்று வெளியே காட்டிக்கொள்ளாமல் இருந்து விடுகிறாள் போல என்று பன்னீர் நினைத்தான். அவளைப் பார்த்தால் அவனுக்குப் பரிதாபமாகவும் இருந்தது. ஆனால் அவள் கண்ணீரும் ஆத்திரமுமாக மேலத் தெரு கணேசனுடன் சண்டைக்குப் போன அன்றுதான் அவள் மீது பயம் வந்துவிட்டது அவனுக்கு.

கணேசனிடம் கை டிராக்டர் இருக்கிறது. அன்றைக்குப் பன்னீரின் வயலில்தான் உழவு. உழுது முடித்ததும், வண்டியை அப்படியே வாய்க்காலில் இறக்கிக் கழுவிக்கொண்டு

த்ராட்டில் கொடுத்து வண்டியை மேலே ஏற்றினான். வரப்பு அந்த இடத்தில செங்குத்தாக இருந்ததைக் கீழே இறக்கும்போது அவன் கவனித்திருக்கவில்லை. வண்டி மேலே ஏறுவதற்குத் திணறியது. வண்டி அதீதமாகப் புகை கக்குவதை, பன்னீரும் மாரியம்மாவும் வயலில் நின்றபடி வேடிக்கை பார்த்துக்கொண்டிருந்தார்கள். எத்தனை தடவை பார்த்தாலும், கை டிராக்டர் வயலில் உழுவதும், வாய்க்காலில் முழுக்காடுவதும் பார்ப்பதற்கு ரஸமாகத்தானே இருக்கிறது? சேகர் சிரமப்பட்டுக்கொண்டிருப்பதைப் பார்த்ததும், சரி வாய்க்காலில் இறங்கிக் கொஞ்சம் தள்ளுவோம் என்ற எண்ணத்தில் பன்னீர் வண்டியை நோக்கிப் போனான்.

"நீ ஏன்டா வர்ற...? மாரியம்மாவ வரச் சொல்லுடா...! ஏன் மாரியம்மா உன் வண்டாங்கையால லேசா நவுத்தினா வண்டி மேல வந்துடாது... என்ன சொல்ற ஹே... ஹே..." என்று சிரித்தான்.

எப்படித்தான் அவளுக்கு அப்படி ஒரு ஆத்திரம் வந்ததோ தெரியவில்லை!

"எதுக்குடா வண்டி தள்ள என்னைக் கூப்பிடுற? அப்படி இத்துப் போன வண்டியா இருந்தா வயலுக்கு வரும்போதே உன் பொண்டாட்டியைத் தூக்கி அதுல உக்கார வச்சிட்டு வர வேண்டியதுதானே... மாட்டிக்கும்போது இறங்கித் தள்ளுவால்ல..."

சட சட வெனப் பொரிந்து தள்ளிவிட்டாள். இதைக் கணேசன் எதிர்பார்க்கவில்லை. அவன் ஒன்றும் அத்தனை வம்பு பேசுகிறவனும் இல்லை. எல்லாரும் கேலி செய்கிறார்களே என்று அவன் பங்குக்குப் பேசிவிட்டான் போல. மாரியம்மா எகிறிவிட்டாள். ஆனால் அவளுக்குப் பதில் சொல்லும் விதமாக எதுவும் அவன் பேசவில்லை. அவள் 'டா' போட்டு பேசிவிடவும் அவனுக்கு முகம் சுண்டிப்போனது.

"சரி விடு மாரியம்மா..." என்று அதில் தலையிட்டு ஏதும் சொல்லலாம் என்று பன்னீர் ஒரு கணம் நினைத்தான். அவளுக்கு இருக்கும் ஆத்திரத்தில் எங்கே தனக்கும் ஒரு எத்து கிடைக்குமோ என்று அமைதியாக இருந்துவிட்டான். அவள் திட்டியதாலோ என்னவோ, ஒரே முடுக்காக முடுக்கி வண்டியை எடுத்துக்கொண்டு விறுக்கென்று கிளம்பிவிட்டான் கணேசன்.

மாரியம்மாவும் போய்விட்டாள்.

பன்னீர் மட்டும் அந்தச் சம்பவத்தை அசைபோட்டபடி சொச்ச வேலையையும் பார்த்துக்கொண்டிருந்தான். அவள் கணேசனைத் திட்டும்போது, அவளது கட்டைக்குரல் எங்கே போனது? கீச்சுக்குரலாக, தொண்டையில் யாரோ விரலை வைத்து அழுத்தியது போல அல்லவா இருந்தது? அவள் பேசி முடிக்கையில் கண்ணீர் முட்டிக்கொண்டது போலவும் இருந்தது. அவளிடம் வெளிப்பட்ட ஆத்திரத்தைப் பார்த்தால் அப்படியே போய் அவனை நெஞ்சோடு மிதித்து வாய்க்காலில் தள்ளிவிடுவாள் என்றே பன்னீர் நினைத்தான். நல்ல வேளை, அப்படி ஒன்றும் நடக்கவில்லை என்பது அவனுக்கு ஆறுதலாக இருந்தது.

அந்தச் சம்பவம் நடந்து ஒரு வாரம் ஆகியிருக்கும். அதற்குப் பிறகு அப்போதுதான் அவள் அந்தப் பக்கமாக மீண்டும் வருகிறாள்.

"என்ன மாரியம்மா எங்க வேலை இன்னைக்கு...?"

"தொரகண்ணு வீட்டு வயல்லதான், நாத்துப் பாத்திய பிரிச்சி அடுக்கி வெச்சோம்..."

"மிச்ச ஆளுவோல்லாம் எங்க, நீ மட்டும் வர்ற...?

"இல்ல நானும் செம்பகமும் மட்டும்தான் போனோம். அந்தி வரைக்கும் வேலை இருக்கும்னுதான் சோறும் எடுத்துட்டு போனேன். எதோ வண்டி வரலயாம். மீதியை நாளைக்குப் பாத்துக்கலாம்னு சொல்லிட்டாப்ல தொரகண்ணு. செம்பகம், அங்கேயே பம்பு செட்டுல குளிச்சிட்டு வர்றேன்னு சொன்னா. சரின்னு நான் கிளம்பிட்டேன்..."

"அதைச் சாப்பிட்டுட்டுக் கிளம்ப வேண்டியதுதானே? தின்னு முடிச்சிட்டா ஏனத்தைக் கழுவி எடுத்துட்டு போன மாதிரியும் இருக்கும்ல? அதை வேற ஏன் சொமந்துக்கிட்டு போற...?"

"அதுவும் சரிதான்..." என்று சொன்னவள், படலைத் திறந்து கொண்டு உள்ளே வந்து பன்னீர் சீர் செய்துகொண்டிருக்கும் வரப்பின் மீது குந்தினாள். வாய்க்கால் பக்கமாகக் காலைத் தொங்கப் போட்டுக்கொண்டு அவனுக்கு முதுகு காட்டியபடி உட்கார்ந்தாள். பன்னீரின் பக்கமாகப் பார்த்து உட்கார

வேண்டுமென்றால் கால்களைச் சேற்று வயலில் நனைக்க வேண்டும்.

இப்போது பன்னீர் அவளைப் பின்னால் இருந்து பார்த்தான். இதற்கு முன் அவளை இத்தனை உற்றுப் பார்த்ததில்லை. உட்கார்ந்திருந்த தோரணையில், அவள் செப்புச் சிலையைப் போல இருந்தாள். கைகள் இரண்டையும் மடியில் வைத்துக்கொண்டு, கால்களை வாய்க்கால் நீரில் அலைந்தபடி அவள் உட்கார்ந்திருந்த விதம் ரொம்பவும் வசீகரமாக இருந்தது. கூந்தல் முழுவதையும் எடுத்து முன் பக்கம் போட்டிருந்ததால், அவளது பின் கழுத்து பளீரெனத் தெரிந்தது. அவளது நீண்ட நாசியோ, சதைப் பற்று இல்லாத கன்னமோ பார்வைக்குத் தெரியவில்லை. அப்போது அவள் பேரழகியாகத் தோன்றினாள்.

அவனுக்கு இன்னும் ஒரு பத்தடி தூரம் வரப்பைக் கழிக்க வேண்டியிருந்தது. அதையும் கழித்து முடித்துவிட்டால் அப்படியே வாய்க்காலில் குளித்துவிட்டு வீட்டுக்குப் போய் விடலாம் என்று நினைத்தபடி மீண்டும் வேலையில் இறங்கினான்.

அவள் இன்னும் வாய்க்காலில் கால்களை அலைந்தபடியே அமைதியாக உட்கார்ந்திருந்தாள்.

"என்ன, சாப்பிடப் போறியா?" என்று தலையை உயர்த்தாமல் பன்னீர் அவளிடம் கேட்டான்.

"சாப்பாடு நிறைய இருக்கு. செம்பகமும் சாப்பிடுவான்னு கொஞ்சம் கூடுதலா எடுத்தாந்தேன்... நீயும் வர்றியா ரெண்டு வாயி சாப்புடுவ...?"

அதே கட்டைக்குரல்.

வயலில் வேலை செய்துகொண்டிருக்கும்போது, "வாடா சாப்பிட்டுப் போயி வேலை செய்யலாம்" என்று அப்பா கூப்பிடுவாறே அதே தொனியில் இருக்கிறது என்று பன்னீருக்குத் தோன்றியது. குரலில் கரகரப்பு ஏறும்போது அதில் அதட்டல் தொனி வந்துவிடுகிறது என்று நினைத்தான். ஆனால் அவள் கூப்பிட்ட விதம் அவனுக்குப் பிடித்திருந்தது.

"செத்த நேரம் இரு... முடிச்சிட்டேன், இந்தா வந்துர்றேன்..."

சீட்டியடித்துக்கொண்டே மிச்சத்தையும் கழித்து முடித்தான். மண் வெட்டியைக் கழுவி வரப்பில் கொத்தி வைத்துவிட்டு தலையில் கட்டியிருந்த துண்டை அவிழ்த்து உதறித் தோளில் போட்டுக்கொண்டு வரப்பில் போய் உட்கார்ந்தான். உடம்பில் காய்ந்த சேறு ஆங்காங்கு ஒட்டிக்கொண்டிருந்தது.

“குளிச்சிற வேண்டியதுதானே..?”

“இல்ல பரவால்ல, நீ அந்த மூடிய நவுத்து, என்ன சோறு வச்சிருக்கனு பாப்போம்...”

“என்ன இருக்கும், மோர் சோறுதான்...”

வாளி மூடியில் அள்ளி வைத்திருந்த சோற்றை அவள் எடுத்துக்கொண்டு, வாளியை அவன் பக்கமாக நகர்த்தி விட்டாள்.

சோறு அமிர்தமாக இருந்தது. பசி ஒரு காரணமாக இருக்கலாம்.

அப்போதுதான் அவள் சாப்பிடுவதைப் பாரத்தான். ஒருத்தி இத்தனை நளினமாகச் சாப்பிட முடியுமா என்று இருந்தது அவனுக்கு. அவளது ஒவ்வொரு செய்கையிலும் அத்தனை நாசூக்கு இருந்தது. நீண்ட கைகளும், அத்தனை நீளமான கால்களைத் தாங்கிக்கொண்டிருக்கும் உடலும் இத்தனைக் குழைவை வெளிப்படுத்த முடியுமா என்று அவனுக்கு ஆச்சர்யமாக இருந்தது.

“எப்படி இருக்கு சோறு..?”

“நல்லாத்தான் இருக்கு...”

“அத சொல்லிட்டு திங்க வேண்டியதுதானே..? சத்தமாகச் சிரித்தாள்.”

“இருந்தாலும் நீ அன்னைக்குக் கணேசனை அப்படித் திட்டியிருக்க வேண்டியதில்ல...”

“நீ பயந்துட்டியாக்கும்...?”

“பின்ன...? அவளுக அவ்ளோ கேலி புன்றாளுக, அப்பல்லாம் ஒரு வார்த்தை பதில் பேசாம கேட்டுக்கிற, அவன் எதோ சும்மா, வா வந்து வண்டியத் தள்ளுனு சொன்னதுக்கு

அவ்ளோ கோவப்பட்டுட்டியே, அதான் எனக்கு ஆச்சர்யமா இருந்துச்சு...”

“அவளுக சொல்றதும் அவன் சொல்றதும் ஒன்னா...?

“ஏன் அப்படி...?

“அவளுக பொட்டச்சிக எப்படி வேணா சொல்லுவாளுக... இவன் தடிப்பயதான. சரி நீ சொல்லு, நான் பாக்குறதுக்கு எப்படி இருக்கேன்...?”

“உனக்கென்ன, நீ செப்பு சிலை மாதிரி இருக்க...”

இதைச் சொல்லும்போது பன்னீருக்குக் குரல் உடைந்துவிட்டது. அவளது அழகைப் பற்றி மேலும் எதாவது சொல்ல அவனுக்குக் கூச்சமாக இருந்தது. அவளது உருவத்துக்கும், உள்ளும் புறமும் பொங்கும் பெண்மைக்கும் யாதொரு தொடர்பும் இல்லாமல் இருப்பது அவனை வாயடைக்கச் செய்துவிட்டது.

மாரியம்மா எதுவும் பேசவில்லை. அவன் முகத்தையும் அவள் பார்க்கவில்லை.

சாப்பிட்டு முடித்ததும் வாளியை அவள் பக்கம் நகர்த்தி வைத்துவிட்டு, கையைத் தாழ்த்தி வாய்க்காலில் அப்படியே கழுவிக்கொண்டான். அவள் மிகவும் நிதானமாகச் சோற்றில் கிடந்த மிளகாயை மென்றபடி பாத்திரத்தைக் கழுவி உதறினாள்.

பன்னீர் எழுந்துகொண்டு இடுப்பில் சுருண்டு கிடந்த வேட்டியை உதறிக் கட்டினான். அவள் அவனை நோக்கிக் கையை நீட்டினாள். அவள் எழுந்துகொள்வதற்கு உதவியாக அவளுக்குக் கையைக் கொடுத்தான். எத்தனை பரந்த உள்ளங்கை அவளுக்கு. அவ்வளவு மென்மையாக இருந்தது.

அவள் வயலுக்கு வருவதும், வேலை செய்வதும், மற்ற பெண்கள் அவளைக் கேலி செய்வதும் வழக்கம் போல நடந்துகொண்டிருந்தது. வழக்கத்துக்கு மாறானது உண்டென்றால் அது அப்படிக் கேலி செய்யும் பெண்களை அவன் பேச்சு வாக்கில் கண்டிப்பதும், அவர்கள் இல்லாத சமயங்களில் மாரியம்மாவைத் தழுவிக் கொள்வதும்தான். எப்படியொரு சுகந்தம், எத்தனை மென்மை என்று நினைக்காத நாளில்லை.

அப்படியான் ஒரு நாளில் தான் அவள் கேட்டாள்.

"நீ உன் தம்பி போடுற பொம்மையை உத்து பாத்திருக்கியா எப்போவாவது...?"

"பாத்திருக்கேனே, நம்ம கோவில்ல கூட அவன் போட்ட உருப்படி இருக்கே...!"

"உத்து பாத்திருக்கியா...?"

கரகரப்பான அவளது குரல் இப்போது உறுமுவது போல இருந்தது.

"எனக்கு ஒன்னும் தெரிஞ்சதில்லை போ..."

"........."

"என்னவாம் அதுல பெசலு..."

"ஒன்னும் இல்ல விடு. நான் ஒரு நாள் கணேசன திட்டினேன்ல, அப்போ நீ என்ன நினைச்ச...?"

"அன்னைக்கு நீ இருந்த ஆத்திரத்துல அவனை எட்டி உதைச்சிருவியோனு நினைச்சேன்..."

"எதுக்கு அப்படி நினைச்ச...? எந்த பொம்பள இங்க கிண்டல் பண்ற ஆம்பளைய எட்டி உதைக்கிறா...? அப்படி உதைக்கிறதா இருந்தா கூட நீதான உதைக்கணும்...?"

இதை அவள் கோபமாகவெல்லாம் சொல்லவில்லை. பன்னீருக்குத்தான் நெருப்பை அள்ளிக் கொட்டியது போல இருந்தது.

அதற்கடுத்த இரண்டு மாதத்தில் மாரியம்மா ஒரு விபத்தில் செத்துப் போனாள். குட்டி யானை வண்டி தடம் புரண்டு வாய்க்காலில் விழுந்ததில், நாற்று நடப்போன பெண்கள் இரண்டு பேர் வண்டிக்கு அடியில் சிக்கிக்கொண்டார்கள். எல்லோருடைய கவனமும் செண்பகத்து மேலேயே இருந்தது. "அவ மாரியம்மாதான முண்டி மேல வந்துருவா..." என்று என்றுதான் நினைத்தார்கள். செண்பகத்தைத் தூக்கிவிட்டு பிறகு மாரியம்மவுக்குக் கைகொடுக்கும்போதுதான் தெரிந்தது அவள் பூவைப் போல நசுங்கியிருந்தாள்.

இப்போது கோவிலுக்குப் போகும்போதெல்லாம் பன்னீர், சேகர் போட்ட பொம்மைகளைப் பார்க்கிறான். அந்தச் சிலைகளின் கூரான நாசியில் அதன் நீளம் தெரியாமல் இருக்க பெரிய மூக்குத்தி இருக்கிறது. நீண்ட கைகளில் அதை மறைத்தபடி எதோ ஒரு மலர் வளைந்து தவழ்கிறது. ஓரத்தில் இருந்து பார்க்கையில் ஒய்யாரமாக அவை மாரியம்மா போலவே இருக்கின்றன.

◉

புல்லட் செல்வா

நள்ளிரவு. எடுத்துப் பூசிக்கொள்ளலாம் போன்ற மையிருட்டு. அந்த கார் பிரதான சாலையை விட்டு விலகி, மண் ரோட்டில் நீண்ட தூரம் உள் நோக்கிப் பயணித்தது. காரின் ஹெட்லைட் வெளிச்சத்தில் பூச்சிகள் பறந்தன. கை பின்புறமாகக் கட்டப்பட்டு அதுவும் போதாமல் விலங்கிடப்பட்ட புல்லட் செல்வா பின் சீட்டில் நெருக்கமாக இருத்திவைக்கப்பட்டிருந்தான். அவன் எளிதில் அசைய முடியாத அளவுக்கு, அவனுக்கு இரண்டு பக்கமும் இரண்டு போலீஸ்காரர்கள் உட்கார்ந்திருந்தார்கள். அந்தப் பெரிய காரின் பின்பகுதியில் இன்னும் இரண்டு காவலர்கள் இருந்தார்கள். முன்புறம் இன்னொரு போலீஸ்காரன் என வண்டியோட்டுபவனையும் சேர்த்து அவர்கள் ஆறு பேர் இருந்தார்கள். செல்வத்துக்கு நிலைமை புகை மூட்டமாகப் புரிந்தது. இல்லை, அப்படி இருக்காது என்று அவன் நம்ப விரும்பினான். அவனது ஆழ்மனம் இல்லை, இல்லை அது அப்படித்தான் என்று கூக்குரலிடவும் அவன் தலையை உதறி மறுத்துக்கொள்ள விரும்பினான். தலையை அசைக்க முடியவில்லை. பாறாங்கல்லைச் சுமந்திருப்பது போல தலை கனத்தது. வண்டியில் இருக்கும் காவலர்களில் ஒருவனை மட்டும் அவனுக்குத் தெரிந்திருந்தது. அவன் மட்டுமே உள்ளூர் ஸ்டேஷன் ஆள். ஆறு பேரும் மப்டியில் இருந்தார்கள். யாரும் எதுவும் பேசிக்கொள்ளவில்லை.

எங்கு கொண்டு போகிறீர்கள் என்று செல்வம் முனகினான். பதில் இல்லை, அவன் கேட்டது ஒரு பொருட்டே இல்லை என்பது போல் அவர்கள் இருந்தார்கள். அவனுக்கு ஆத்திரமாக வந்தது. பின்னால் கொஞ்சம் உடம்பைச் சாய்த்து டிரைவர் சீட்டில் எட்டி உதைத்தான். அவன் உதைத்ததில் டிரைவர் தடுமாறினான். வண்டி அலைபாய்ந்தது. ஏதோ முனகிக்கொண்டே அவன் வண்டியை ஓரம் கட்டி நிறுத்தினான். அதற்குப் பிறகுதான் அவனது காலையும் சேர்த்துக் கட்டினார்கள், வாயில் துணியை வைத்து அடைத்தார்கள். செல்வத்திற்கு விழிகள் பிதுங்கின. அதிகமாக மூச்சிரைத்தது. கண்களை மூடி அப்படியே சாய்ந்துகொண்டான். வண்டி வேகமெடுத்தது.

அவனுக்கு அந்த ஏரியா முழுவதும் அத்துப்படி. வண்டி போய்க்கொண்டிருக்கும் கல்குவாரிப் பகுதியைப் பற்றி அவனுக்கு இன்ச் இன்ச்சாகத் தெரியும். புல்லட் மெக்கானிக்காக இருந்த சொற்ப வருடங்களில் இரண்டு முறை அந்தப் பகுதிக்கு வந்திருக்கிறான். முதல் கொலையைச் செய்தபோது நீதி மன்றத்தில் சரணடைவதற்கு முன்பு, அங்கிருக்கும் கல் குவாரி ஒன்றில்தான் பதுங்கியிருந்தான். அடுத்தடுத்த கொலைகளின் போது அப்படி மறைந்திருக்க வேண்டிய அவசியம் இல்லாமல் போயிற்று. படிப்படியாக, பதுங்குவதும் பாதுகாப்பு இல்லை என்று ஆன பிறகு சிறைக்குப் போய்விடுவதுதான் பாதுகாப்பு என்று ஆகியிருந்தது. இத்தனைக்கும், அவன் இப்போதெல்லாம் நேரடியாக எதிலும் ஈடுபடுவதில்லை. சொன்னால் செய்வதற்கு இருபது பேருக்குக் குறையாமல் ஆட்கள் இருக்கிறார்கள். தமிழகம் முழுக்க வலுவான நெட்வொர்க் இருக்கிறது. பணம் எல்லா வழிகளிலும் வந்துகொண்டிருக்கிறது. தொழிலில் தடை வரும்போது லேசாக மிரட்ட வேண்டும். வேறு வழி இல்லை என்றால், கடைசி உபாயமகத்தான் ஆளைக் காலி செய்வது வரை போக வேண்டியிருக்கிறது.

இதோ அவனுக்கு இடது பக்கம் உட்கார்ந்திருக்கும் போலீஸ்காரன், செல்வத்துக்கு நன்கு அறிமுகமானவன்தான். எத்தனையோ முறை அவன் செல்வத்தின் ஏரியாவுக்கு வந்து காசு வாங்கிப் போயிருக்கிறான். "நாளைக்குப் போயி கோர்ட்டில் நீயே சரண்டர் ஆகிடு, ஐயா சொல்லச் சொன்னாரு, நிலைமை எங்க கையை மீறிப் போயிடுச்சு"

என்று சொல்வதற்காக வந்திருக்கிறான். ஆனால் இப்போது யாரோ போல, இதுவரை அவனைப் பார்த்ததே இல்லை என்பது போல உட்கார்ந்திருக்கிறான். வாயில் துணியைத் திணிக்கும்போது கூட, காரின் கதவில் இருந்த வண்டி துடைக்கும் துணியை எடுத்துக் கொடுத்தவன் அவன்தான். அதில் அப்பிக்கொண்டிருந்த தூசு தும்மல் வர வைக்கிறது. ஆனால் தும்ம முடியவில்லை. தெறித்து விழுந்து விடும் அளவுக்கு விழிகள் வெளித்தள்ளுகின்றன. கண்ணீர் மட்டும் தடையில்லாமல் வருகிறது.

அழுகிறானா...? அலர்ஜியா...? ரெண்டும் தான். ஆனால் அவன் அழ விரும்பவில்லை.

அவனுக்கு மூத்திரம் முட்டிக்கொண்டு வந்தது. கையும் காலும் கட்டுண்டிருக்கும் நிலையில், வாயிலும் துணி திணிக்கப்பட்டிருக்கும் போது, ஒன்றுக்கு இருக்கவேண்டும் என்பதை எப்படி வெளிப்படுத்துவது? இங்கே கொஞ்சம் பார் என்பது போல பக்கத்தில் இருந்த போலீஸ்காரனின் விலாவில் முழங்கையால் அழுத்தினான். அவன் உட்கார்ந்திருக்க வாக்கிலேயே அசைந்து, தனது முழங்கையைக் கொண்டு செல்வத்தின் முகத்தில் இடித்தான். உலக்கையால் தாக்கியது போல இருந்தது. செல்வத்திற்குப் பொறி கலங்கி விட்டது. சற்று முன்னர் செல்வம் டிரைவரை உதைத்ததன் தொடர்ச்சியான அடுத்த சச்சரவு முயற்சி இது என்று அவன் நினைத்துவிட்டான். செல்வத்திற்கு உதட்டில் இருந்து ரத்தம் வழியத் தொடங்கியது. ஆனால் அவனுக்கு வலிக்கவில்லை. உடல் மரத்துப் போயிருந்தது. ரத்தம் வழிவது கசகசப்பாக அரித்தது. இவ்வளவு நடக்கும்போதும், அவனுக்கு அறிமுகமான போலீஸ்காரன் வேடிக்கை பார்ப்பவன் போலவே குந்தியிருந்தான். செல்வத்திற்கு அவன் மீது ரவுத்திரம் பொங்கியது. அதே சமயம் அவமானமாகவும் இருந்தது. யாரென்றே தெரியாதவனின் காலடியில் கையறு நிலையில் கிடக்கையிலும், தனக்கு அறிமுகமனவனின் முன்னால் அவமானப்படுவது அவனுக்குச் சகிக்க முடியாததாக இருந்தது. என்ன இருந்தாலும் அவனும் போலீஸ்காரன்தானே என்று அரை மயக்கத்தில் நினைவுக்கு வந்தது. கண்களை இறுக்கமாக மூடிக்கொண்டான். வண்டி மேலும் நான்கைந்து கிலோமீட்டர்கள் ஓடி ஆளரவமற்ற ஒரு இடத்தில் நிலைக்கு வந்தது.

முன்சீட்டில் உட்கார்ந்திருந்த போலீஸ்காரன்தான் முதலில் இறங்கினான். இறங்கி வந்தவன் பின்புற கதவைத் திறந்துவிட்டான். செல்வத்துக்குத் தெரிந்த அந்த போலீஸ்காரன் ஒரு துணியைத் தன்னுடைய பேன்ட் பாக்கெட்டில் இருந்து எடுத்துச் செல்வத்தின் முகத்தில் இடித்த போலீஸ்காரனிடம் கொடுத்தான். அவன் அதை வாங்கிச் செல்வத்தின் கண்களைக் கட்டினான். திமிறவோ, முரண்டு பிடிக்கவோ செல்வத்திற்கு வலுவில்லை. அவன் ஒரு வாரமாக போலீஸின் பிடியில் இருக்கிறான். அவனது ஆட்கள் கோர்ட்டில் ஆள் கொணர்வு மனு போட்டிருக்கிறார்கள். போலீஸ் 'அவனைத் தேடிக்கொண்டிருக்கிறோம்' என்று சொன்னது. கண்ணைக் கட்டிவிடவும் அவனது புற உலகம் முழுக்கவும் இருண்டு போனது. அவனது இதயம் வேகமாகத் துடிக்கத் தொடங்கியது.

தளர்ந்து போயிருந்தாலும் கூட, இன்னும் சொற்ப நேரம்தான் இருக்கிறது என்பது அவனது ரத்த நாளங்கள் வரை பாய்ந்திருக்க வேண்டும். பரபரவென மூளை பல விஷயங்களைக் கொண்டு வந்து குவித்தது. அவற்றை ஒன்றின் மீது ஒன்றாக அடுக்கியது. மீண்டும் கலைத்துப் போட்டது. அம்மா நினைவுக்கு வந்தாள். அவளுடன் மூன்றாவதாக வாழ்ந்து கொண்டிருந்த கேசவன் நினைவுக்கு வந்தான். அவன் வேலை செய்த மெக்கானிக் ஷெட் நினைவுக்கு வந்தது. கேசவன், செல்வத்தின் அம்மாவுக்குக் கால் அமுக்கிக்கொண்டே இருக்கும் சித்திரம் நினைவுக்கு வந்தது. அவன்தான் செல்வம் ஐந்து வயதில் இருக்கும்போது, அவனது அம்மா இல்லாத சமயத்தில் உறுப்பை எடுத்து செல்வத்தின் வாய்க்குள் திணித்தவன். அதைச் சொன்னபோது அம்மா அதைப் பெரிதாகக் காதில் வாங்கிக்கொள்ளவில்லை. அவளுக்கு அதற்கு நேரம் இல்லை.

இரவெல்லாம் எங்காவது சுற்றிக்கொண்டிருப்பதும், பகலில் வந்து தூங்குவதும்தான் அவளுக்கு வாடிக்கையாக இருந்தது. தன் அம்மா ஒரு வேசி என்பது, பதின்மூன்று வயதில் அந்த டூ வீலர் மெக்கானிக் கடையில் வேலைக்குச் சேர்ந்த பிறகுதான் செல்வத்துக்குத் தெரிந்தது. செல்வத்தின் அம்மா செத்துப் போன நாளில், அவளது பாடை மீது விழுந்து அழுது புரண்ட கேசவனை எட்டி உதைத்து விரட்டியிருந்தான் செல்வம். அப்போது ஓரளவுக்குப் பெயர்

சொல்லும் ரவுடியாக வளர்ந்திருந்தான். ஆனால் கேசவன் ஒரு துயரமாக, மறக்க விரும்பும் ரணமாக செல்வத்தின் மனதில் பதிந்து போயிருந்தான். அவனைக் கண்டம் துண்டமாக வெட்ட வேண்டும் என்று தோன்றியிருக்கிறது. ஆனால் அதே காரியத்தைத் தானும் செய்யத் தொடங்கிய பிறகு அவன் மீதான கோபம் குறைந்து போய்விட்டிருந்தது. எப்படி இருந்தாலும் அவன் தன் அம்மாவின் மீது விழுந்து புரண்டு அழுவது செல்வத்திற்குப் பிடிக்கவில்லை.

எஞ்சின் ஆயிலை மாற்றிக்கொண்டிருக்கையில், “அந்த பிளாஸ்டிக் டப்பாவை எடுத்து இன்ஜினுக்குக் கீழ வைடா...” என்று அந்த மெக்கானிக் சொன்னது செல்வத்துக்குச் சரியாகக் காதில் விழவில்லை. அவன் அருகில் கிடந்த ஸ்டூலை அவன் பக்கமாக நகர்த்திக்கொடுத்தான். “தேவ்டியா மவனே நான் என்ன சொல்றேன், நீ என்ன செய்ற...” என்று கையிலிருந்த ஸ்பேனரால் மண்டையில் அடித்தான். அவன் எதிர்பார்த்ததை விட அடி வலுவாகப் போய்விட்டது. நெற்றியில் மூன்று தையல். அது இப்போது வரை இருக்கிறது. எல்லாக் காவல் ஆவணங்களிலும், வலது நெற்றியில் ஆழமான வெட்டுக்காயம் என்றே அடையாளம் எழுதினார்கள். அதற்குப் பிறகு எத்தனை வெட்டுக்காயங்கள் வந்து விட்ட போதும், அந்த வலது நெற்றியில் இருக்கும் வெட்டுக்காயம் மட்டும் வரலாற்றில் நிலைத்துவிட்டது. எல்லோரும் அது ஏதோ சண்டையில் நிகழ்ந்த சம்பவமாக இருக்கும் என்றுதான் நினைத்தார்கள். ஒரு ரவுடிக்கு அவனது முகத்தில் இருக்கும் வெட்டுக்காயம் ஒரு அச்சமூட்டும் அடையாளத்தை வழங்குகிறது. அவன் யார் என்பதை அவன் சொல்லாமலேயே அது அறிவிக்கிறது. ஆனால் அதைப் பற்றி யோசிக்கும்போதெல்லாம் செல்வத்திற்கு ஒரே நேரத்தில் பெருமிதமாகவும் அவமானமாகவும் இருக்கிறது. செல்வத்தின் வாழ்வில் கேசவனின் இருப்பைப் போல அந்த வெட்டுக்காயம் அவனது சிதைந்த பால்யத்தை நினைவூட்டிக்கொண்டே இருந்தது. மெக்கானிக் ஷெட்டில், எல்லோரது கேலிக்கும் ஆளான, தகப்பன் இல்லாத, தேவடியா மகன் எனும் அடையாளத்துடன் அந்த வெட்டுக்காயம் ஆழமாகப் பிணைந்துவிட்டது.

கொஞ்சம் வேலை பழகியதும், அந்த மெக்கானிக் ஷாப்பில் இருந்து வேறு ஒரு ஷெட்டுக்கு வேலைக்குப் போனான்.

அவனிடம்தான் தொழில் பழகினான். ‘புல்லட்டு செல்வா’ என்று பெயர் வாங்கியது அப்போதுதான். கஸ்டமர்கள் கடைக்குத் தேடி வந்தார்கள். செல்வா இல்லையா என்று அவர்கள் கேட்டு வருவதை அந்த மெக்கானிக் பெருமிதமாகத்தான் எடுத்துக்கொண்டான். வருபவர்களில் அவன் அம்மாவின் கஸ்டமர்களும் இருந்தார்கள். “நீ இனிமே வீட்டில் இரு, எங்கேயும் அலைய வேணாம்...” என்று அவளிடம் சொன்னபோது, அவன் கொடுத்த சொற்பப் பணத்தை அவன் மூஞ்சியில் விட்டெறிந்தாள் அவள். “நீ யார்டா தேவ்டியா பயலே என்ன அதிகாரம் பண்றதுக்கு...” என்று இரைந்தாள். இத்தனைக்கும் அவள் அப்போது உடலுக்கு முடியாமல் வீட்டில்தான் முடங்கிக் கிடந்தாள். கேசவன் அவளுக்கு அப்போதும் கால் அமுக்கிக்கொண்டிருந்தான். “நீ போ செல்வா அப்புறம் பேசிக்கலாம், நாம் பொறுமையா எடுத்துச் சொல்றேன் அதுகிட்ட...” என்றான் கேசவன். “நீ என்னடா எனக்கு எடுத்துச் சொல்றது, பொட்டப்பயலே... மாமா பயலே...” என்று அவனை வைதாள். சரி, சரி என்று அவளிடம் கெஞ்சினானே தவிர, கால் அமுக்கி விடுவதை நிறுத்தவில்லை, அவளும் அவனை விலகிப் போகச் சொல்லவில்லை. அப்போதெல்லாம் செல்வம் அந்த மெக்கானிக் வீட்டிலேயே சாப்பிட்டுக் கொண்டான். அங்கேயே பெரும்பாலும் படுத்துக்கொண்டான். மெக்கானிக் இருக்கும்போது திண்ணையில் படுத்துக்கொண்டான். அவன் இல்லாதபோது உள்ளே போய் படுத்துக்கொண்டான். “அந்தாளு மாதிரியே ஒனக்கும் ஒடம்பு முழுக்க கிரீஸ் நாத்தம்” என்று அவனைக் கடிந்துகொண்டாள், பிறகு கட்டிக்கொண்டாள் அவன் பொண்டாட்டி. கலவி முடிந்ததும், அவனது உடம்பு முழுவதும் சோப்பு போட்டுத் தேய்த்துக் குளிப்பாட்டிவிட்டாள். ஒரு சிறிய ஊசியின் முனையில் துணியைச் சுற்றி அதை மண்ணெண்ணெயில் நனைத்து, நகக்கண்ணில் இருக்கும் ஆயில் கறையைத் துடைத்து விட்டாள். என் மவன் வயசுதான் இருக்கும் உனக்கு என்று சொல்வாள் அவனைத் தழுவிக்கொள்ளும்போது. உனக்குச் சொல்றதுக்கு வேற ஒன்னும் இல்லையா என்று அலுத்துக்கொள்வான் செல்வம். அவள் செத்துப்போனபோது அம்மா, அம்மா என்றுதான் அவள் மீது விழுந்து அரற்றினான். அந்த மெக்கானிக், பந்தலின் மூலையில் ஒரு ஓரமாக உட்கார்ந்து தோளில்

கிடந்த துண்டின் ஒரு முனையை வாயில் வைத்துப் பொத்தியபடி விம்மிக்கொண்டிருந்தான். அந்தச் சமயத்தில் செல்வம் பிரபலமான வளரும் ரவுடியாகியிருந்தான். அதன் தொடக்கம் அந்த மெக்கானிக் ஷெட்டில் நடந்த ஒரு கொலையாக இருந்தது.

ஒரு சிறிய வாக்குவாதம், பத்து ரூபாய்க்குப் பெறுமானம் இல்லாத சண்டை அது. செத்துப் போனவன், சிறிய சிறிய சச்சரவுகளில் ஈடுபட்டு ஜெயிலுக்குப் போய் வந்துகொண்டிருந்தான். செல்வத்துடன் சேர்ந்து அவ்வப்போது குடிப்பவன்தான், உட்கார்ந்து பேசிக்கொண்டிருப்பவன்தான், அவனது புல்லட்டுக்கு சின்ன வேலை என்றால் கூட, வேறு எங்கும் எடுத்துச் செல்லமாட்டான்தான், செல்வா கை வைக்கிற வண்டியை வேறு யாரும் வேலை செய்யக் கொடுக்க மாட்டேன் என்று சொல்கிறவன்தான். அவனோடு எதற்கு வாக்குவாதம் வந்தது? அந்த நேரத்தில் கையில் இருந்தது ஸ்பேனராக இருந்திருந்தால் ஒரு தையலோடு போயிருக்கும் செல்வத்திற்கு வலது நெற்றி போல அவனுக்கு இடது நெற்றி அவ்வளவுதான். ஒரு மரத்துண்டு இருந்திருந்தால் தையலுக்கே வேலை இல்லை, லேசான புடைப்போடு போயிருக்கும், ஆனால் வளைந்து போன புல்லட் ஸ்டேண்டை நிமிர்த்துவதற்காக ஒரு சுத்தியலை வைத்து அடித்துக்கொண்டிருக்கையிலா அந்தச் சச்சரவு வந்திருக்கவேண்டும்? அப்படியே அதே வேகத்தோடு சுத்தியலைச் சுழற்றிவிட்டான். அவனுக்குக் குனியக் கூட நேரமில்லை. டப் என்று ஒரு சிறிய சத்தம். இன்னொரு பைக் மீது கால் ஊன்றி நின்றுகொண்டிருந்தவன் அப்படியே தொபீரென்று கீழே விழுந்தான். ஒரு கதறல் இல்லை, ஒரு முனகல் இல்லை. சில வினாடிகளில் உயிர் போய்விட்டது. செல்வம்தான் ஓடிப்போய் அவனை எழுப்பினான். அவனிடம் எந்த அசைவும் இல்லை.

அப்போது யார் வந்து அவனிடம் சொன்னார்கள் என்று தெரியவில்லை. இத்தனைக்கும் அந்த மெக்கானிக் அப்போது கடையில் இல்லை, சாப்பிட வீட்டுக்குப் போயிருந்தான். கடையில் நின்றுகொண்டிருந்த ஒருத்தன் ஓடிப்போய் அவனிடம் சொல்லவும், அப்படியே எச்சில் கையோடு ஓடி வந்தான். பின்னாலேயே ஓடி வந்த அவன் பொண்டாட்டி கீழே கிடந்தவனைக் கடந்து செல்வத்திடம் வந்து மெல்லிய

குரலில், உனக்கு ஒன்னும் இல்லையே என்று கேட்டாள். அவள்தான் சொல்லியிருக்க வேண்டும், மொதல்ல நீ இங்கேருந்து கிளம்பு, யார் கண்ணுலயும் படாத ரெண்டு நாளைக்கு, என்ன நடக்குதுன்னு பாப்போம் என்று. அப்போதுதான் அவன் குவாரிக்கு ஓடியிருந்தான். பாறைகளை வெட்டி வெட்டி ஆழமாகிப் போயிருந்த குவாரியின் நீர் கசியும் கருங்கல்லில், தேரையைப் போல ஒட்டிக்கொண்டு கிடந்தான். இரண்டு நாட்களுக்குப் பிறகு ஒரு போலீஸ்காரன் அங்கு வந்து அவனைப் பெயர் சொல்லி அழைத்தபோது அவனுக்கு ஓடத் தோன்றவில்லை. சோர்வாக இருந்தது. அவர்களே தான் அவனை கோர்ட்டில் சரணடையச் சொன்னார்கள். கோர்ட் செலவை நீ பார்க்கவேண்டாம், அதையெல்லாம் அவரு பாத்துப்பாரு என்று அந்த மெக்கானிக்தான் ஒரு பெயரைச் சொன்னான். அந்த ஆள் அந்த பிராந்தியத்தின் பிரசித்தி பெற்ற ரவுடியாக இருந்தான். ஜாமீனில் வெளிவந்த பிறகு செல்வதற்கு வேறு போக்கிடம் இல்லாமல்தான் அவனிடம் போனான். அதன் பிறகுதான் நிறைய சம்பவங்கள்.

இதோ இப்போது மீண்டும் அதே கல்குவாரியில் இருக்கிறான். ஆனால் வேறு நிலைமை.

அதன் உள்ளே நுழையும் வரை, அதாவது தன்னை ஜாமீனில் எடுக்க உதவியவனின் சாம்ராஜ்யத்துக்குள் நுழையும் வரை அப்படி ஒன்று இருப்பது பற்றி செல்வத்திற்குத் தெரிந்திருக்கவில்லை. ஆனால் அதில் புழங்கும் ஆட்களை அவனுக்கு ஓரளவு அறிமுகம் இருந்தது. ஒன்று அவர்களைக் கஸ்டமர்களாக அறிந்திருந்தான், அல்லது கடையில் வந்து பேசிக்கொண்டிருப்பவர்கள் யாராவது அவர்களைக் குறித்துப் பேசிக்கொண்டிருந்தார்கள். ஆனால் அது இத்தனை சுழல் வட்டமாக இருக்கும் என்று அவன் அறிந்திருக்கவில்லை.

ஒரு சிறிய குடிசை கிரயம் ஆகிறது என்றால் அதற்குப் பின்னால் இரண்டு பங்களாக்கள் சம்பந்தப்பட்டிருந்தன. ரெண்டு சென்ட் இடம், அது விலை பேசி முடிக்கப்படும்போது, ஊரையே வளைத்துப் போட்டிருக்கும் பஸ் முதலாளிக்கு அதில் தொடர்பிருந்தது. ஒவ்வொன்றும் கண்ணுக்குத் தெரியாத இன்னொன்றுடன் பிணைந்திருந்தது. ஒரு அடிதடிக்குப் பின்னால், வலுவான காரணங்கள் இருந்தன. எதையோ நினைத்துக்கொண்டு கையில் இருக்கும்

பொருளை விசிற, அது அகஸ்த்மாத்தாக எவன் மேலேயோ பட, அது வழக்காகி, ஜாமீனுக்கு அலைந்து, செத்துப் போனவனுக்கு வேண்டிய ரெண்டு பேர் பொருளை விசிறியவன் மீது பிணக்கில் இருக்க என்று, அங்கு இருந்த யாரும் தற்செயல்களில் புழங்கிக்கொண்டிருக்கவில்லை. எல்லாவற்றிலும் திட்டமிடல் இருந்தது, துல்லியம் இருந்தது. தடுமாற்றங்கள் எப்போதாவதுதான் நடந்தன. அதற்குத் தரவேண்டிய விலையை வைத்து அதை மன்னிக்கும் தகுதி தீர்மானிக்கப்பட்டது. செல்வத்தின் சுத்தியலால் செத்துப் போனவனுக்கும் அவர்களுக்கும் கொஞ்சம் உரசல் இருந்தது. இத்தனைக்கும் செத்துப் போனவன் ஒன்றும் பொருட்படுத்தத் தக்கவன் அல்ல. சில்லறை ரவுடிதான். சில்லறைத் திருடன் என்று கூட சொல்லலாம். ஆனால் அவன் தோலில் தைக்கும் சிலாம்பு மாதிரி. எப்படியோ, அவன் தொடர்பே இல்லாத ஒருத்தனால் நீக்கப்படுகிறான் என்கிறபோது, அவனைச் செய்தவன் யார் என்கிற கேள்வி வருகிறபோது, சாலையில் பார்க்கும் ஒருத்தனுக்குத் தேநீர் வாங்கித்தருவது போல உதவி கிடைக்கிறது. ஆனால் அது வெறும் அறிமுகம்தான். ஆனால் அவர்களே எதிர்பார்க்காத அளவுக்குச் செல்வம் அதில் தீவிரமாகிவிட்டிருந்தான். அந்தச் சாகஸத்துக்குச் செல்வம் தன்னைப் பணயம் வைத்துவிட்டான். அதன் பிறகு திரும்பிப் பார்ப்பதற்கு அவகாசம் இல்லை. எப்போதாவது திரும்புவதற்கு எத்தனிக்கையில், உடனிருப்பவன் கழுத்தைப் பலவந்தமாக அந்தப் பக்கம் திருப்பினான் அல்லது திரும்பினால் கழுத்து இருக்காது என்று ஆகியது.

அப்படியான ஒரு சாகஸம்தான் இன்று அவனைக் கல்குவாரியில் கொண்டு வந்து நிறுத்திவிட்டது.

செல்வத்திற்குக் கொஞ்சம் நிதானம் வந்தது போல இருந்தது. வண்டியில் இருந்த போலீஸ்காரன் ஒருத்தன் இரண்டு சாக்குகளைக் கொண்டு வந்து தரையில் விரித்தான். செல்வத்தை வண்டியை விட்டு இறக்கிக் கொண்டு வந்து அந்தச் சாக்கின் மீது நிறுத்தினான். அவனுக்கு உட்கார்ந்து கொள்ள வேண்டும் போல இருந்தது. அவனது உடல் நடுங்குவதைக் கண்ட ஒருத்தன், ‘மண்டி போடு’ என்றான். அப்போதுதான் அவ்வளவு நெருக்கத்தில் ஒருத்தன் நின்றுகொண்டிருப்பது செல்வத்திற்குத் தெரிந்தது. உடல் கூசியது. முட்டி போட்டான். என்ன செய்கிறார்கள் என்று

அவனுக்குப் புரியவில்லை. எதற்காகச் சாக்கை விரித்து அதில் முட்டி போடவைக்கிறார்கள். இந்த விஷயத்தில் விநாடிகள் முக்கியம் இல்லையா? என்ன செய்துகொண்டிருக்கிறார்கள் இவர்கள்? என்னதான் போலீஸாக இருந்தாலும், நடக்கப் போகும் சம்பவம் ஒன்றுதானே என்று அவன் மனது குழம்பியது. அது அவனுக்கே அபத்தமாக இருந்தது. இனி செய்வதற்கு ஒன்றுமே இல்லை என்று ஆகிறபோது நாமே அதற்குப் பார்வையாளராகி விடுவோமோ என்று அதிர்ச்சியாக இருந்தது.

ஆனால் அவர்கள் யாருக்காகவோ காத்திருக்கிறார்கள் என்று செல்வத்திற்குப் புரிந்து போனது. காவலர்கள் யாருடைய குரலும் கேட்கவில்லை. தூரத்தில் ஒரு குருவி கத்துவது கேட்கிறது. என்ன சத்தம் என்றே தெரியாமல் ர்ர்ர் என்று காதுக்குள் மெல்லிய ஒலி கேட்டுக்கொண்டே இருக்கிறது. அது வெளியில் இருந்து வரும் ஒலியில்ல. உள்ளேயே இருப்பது. எப்போதும் இருந்துகொண்டே இருப்பது. நாம் கேட்பதே இல்லை. தூரத்தில், ரொம்ப தூரத்தில், ஒரு லாரி செல்வதன் உறுமல் சத்தம் சன்னமாக ஒலிக்கிறது.

செல்வம் நினைத்தது சரிதான். அவர்கள் தங்களது மேலதிகாரி ஒருவன் வருவதற்காகக் காத்திருந்தார்கள். அந்த ஆறு பேரில், வண்டியின் முன் சீட்டில் உட்கார்ந்திருந்த ஒருவனுக்கு மட்டுமே இந்தத் திட்டம் குறித்துத் தெளிவாகத் தெரிந்திருந்தது. யாரிடமும் அலைபேசி இல்லை. முன்பே திட்டமிட்டிருந்ததையொட்டி, அவன்தான் எல்லாவற்றையும் ஒருங்கிணைத்தான். அருகில் இருந்த இரண்டு குவாரிகள் இயங்கவில்லை. அதுவும் தற்செயலானதல்ல. அது ஆள் நடமாட்டத்தை இல்லாததாக்கியிருந்தது. ஆனால் அந்த போலீஸ்காரனுக்கும் கூட அந்த ஏற்பாடு பிடிக்கவில்லை. ஆனால் அவனால் அதைத் தடுக்க முடியவில்லை. அவனது எல்லையை மீறியதாக இருந்தது அது.

செல்வம், எங்கு பிசகியது என்று நழுவும் மனதை இறுக்கிப் பிடிக்க முயன்று கொண்டே இருந்தான்.

செல்வம் கடைசியாக ஈடுபட்ட பஞ்சாயத்து, மெயின் ரோட்டை ஒட்டிய ஒரு ஏக்கர் நிலமாக இருந்தது. அந்த இடத்தின் மதிப்பு அவனது கற்பனைக்கு எட்டாததாக இருந்தது. அவர்கள் சொன்னபோது அவனால் அதை நம்பமுடியவில்லை. ஆனால்

அதற்குப் பின்னால் இருக்கும் பெரிய நிலப்பரப்புக்கு அந்த ஒரு ஏக்கர் நிலம் வாசலைப் போல இருந்தது. அந்த ஒரு ஏக்கர், ஒரு பெண்ணுக்குச் சொந்தமானதாக இருந்தது. அவள் அதை விற்க மறுத்துவிட்டாள். அவளுக்கு அது தானமாகக் கொடுக்கப்பட்ட இடம். தானம் என்று சொன்னால் அவள் ரவுத்திரமாகி விடுவாள். "எனக்குப் பாத்யப்பட்ட இடம், எனது உரிமை இது" என்று ஆத்திரப்படுவாள். அவள் வாழ்ந்த வாழ்க்கையின் ஒரே சாட்சியாக இருந்தது அந்த இடம்தான்.

இருபது ஆண்டுகளுக்கு முன்னால் அந்த இடம் வெறும் பொட்டல் காடு. எனக்கென்று நீங்கள் என்ன கொடுத்திருக்கிறீர்கள் என்று கேட்ட போது, குடும்பத்தையும் பகைத்துக்கொள்ள முடியாமல், அவளையும் கைவிட முடியாமல், ஊருக்கு ஒதுக்குப்புறமான இடத்தில் அவள் பெயரில் ஒரு ஏக்கரை எழுதி வைத்துவிட்டு செத்துப் போயிருந்தான் அவள் புருஷன். அவள் புருஷன் என்பது அவளுக்கும் அவனுக்கும் மட்டும்தான். அவளுக்கு அந்த இடம் ஒரு அடையாளத்தை வழங்கியிருந்தது. அதற்கு அருகே பைபாஸ் வரும் என்றோ, அந்த ஒரு ஏக்கர் நிலம் மிகச்சரியாகச் சாலையின் விளிம்பில் அமையும் என்றோ யார் அனுமானித்திருக்க முடியும்? ஆனால் அது அப்படித்தான் நடந்தது. ஆனால் அந்தச் சாலையின் மீது அவளுக்கு எந்த ஆர்வமும் இருக்கவில்லை. அதைத் தொந்தரவு என்றே நினைத்தாள்.

ஊருக்கு ஒதுக்குப்புறமாக ஒரு இடம். சுற்றிலும் தரிசும், தோப்புமாக இடங்கள். அதற்குள் ஒரு அமைதி இருந்தது. அவள் நீண்ட நாளாகத் தேடிக்கொண்டிருந்த அமைதி. அது சாத்தியப்பட்டபோதுதான் அங்கு சாலை வந்துவிட்டது. அதன் பின்னாலேயே, நிலத்தை எங்களுக்குக் கிரயம் பண்ணிக்கொடு, எவ்வளவு பணம் வேண்டுமானாலும் தருகிறோம் என்று புதிய புதிய ஆட்கள் வந்தார்கள். பள்ளிக்கூடம் செல்லும் மகன், அந்த ஒரு ஏக்கர் இடம், அதைத் தந்துவிட்டு மறைந்து போன அந்த மனிதன், அவனது நினைவுகள் அதைத்தாண்டி அவளுக்கு எதுவுமே மனதில் இல்லை. அதுவொரு பிடிவாதம். வீட்டை விட்டு ஓடிவந்தது முதல், திருமணமான ஒருவனுடன் சேர்ந்து வாழ்ந்து அவனுக்கு ஒரு பிள்ளையைப் பெற்றது வரை.

இது என்னுடையது எனும் வைராக்கியம். அதில் சமரசமே கிடையாது எனும் வைராக்கியம். அந்த நிலத்தின் மீதான பிணைப்பு அவளது மூளையை உறையச் செய்திருந்தது. இந்த இடத்தை விற்றுவிட்டு, இதை விட நல்ல ஜன நெருக்கடி உள்ள இடத்தில் வேறு வீடு வாங்கிக்கொண்டு போகலாம், அது உன் மகனுக்கும் வசதியாக இருக்கும் என்று நிலத்தை விற்கச் சொல்லி கேட்டவர்கள் சொன்ன விளக்கம் அவளது மண்டையில் ஏறவில்லை.

அப்படியான சூழலில்தான் அந்த விவகாரம் செல்வத்திடம் போனது. அவன் அதில் இன்னும் கொஞ்சம் நிதானமாக நடந்துகொண்டிருந்திருக்கலாம். இதுவொன்றும் மெக்கானிக் ஷெட்டில், போல்ட் கழட்டும் வேலை இல்லையே? ஒருவன் தனது வன்முறையின் ஏணியில் ஏறுகையில் அதற்கு இணையாக அதன் கூர்மையைக் கைவிட்டுக்கொண்டே வரவேண்டும். தனது முரட்டுத்தனத்தால் அவளுக்கு பெரிய இழப்பை ஏற்படுத்திவிட்டான். அவளது மகன் செத்துப் போவதற்கு அவன் காரணமாகி விட்டான். சும்மா மிரட்டுவதற்குத்தான் கடத்துகிறார்கள், அந்த நிலம்தான் அவர்களது இலக்கு என்று பள்ளிச் சிறுவனுக்கு எப்படித் தெரியும்? தப்பிக்கிறேன் என்று முதல் மாடியில் இருந்து கீழே விழுந்தான். அவனுக்கும் அது சாகஸமாக இருந்திருக்கவேண்டும். ஆனால் அது ரொம்பவும் உயரமான மாடியாக இருந்தது.

ஒரு புல்லட் வந்து நின்றது. செல்வம் நிகழ்காலத்துக்கு வந்தான். அதன் சத்தத்தை வைத்து அது என்ன வண்டி என்று அவனுக்குத் தெரிந்தது. சத்தத்தை உற்றுக் கேட்டான். இப்போது ஒரு பெண்ணின் குரல். அவனுக்கு மலைப்பாக இருந்தது. அது யாரென்று அவனால் இனங்கான முடியவில்லை. எந்தச் சத்தமும் கேட்காத, ஆட்களே இல்லாத வனாந்திரத்தில், இத்தனை போலீஸ்காரர்களுக்கு மத்தியில் ஒரு பெண்ணுக்கு என்ன வேலை என்று குழம்பினான். ஒருவேளை அவளும் போலீஸ்காரியாக இருக்குமோ என்று நினைத்தான்.

பெற்ற பையனைப் பறிகொடுத்தவள் வந்திருந்தாள். அவளது முகம் வறண்டு போயிருந்தது. எந்தவொரு உணர்ச்சியையும் காட்டாமல் அது இப்போது உறைந்து போயிருந்தது. ஆனால் ஆத்திரத்தில் அவளது உடல்

மெலிதாக நடுங்கிக்கொண்டிருந்தது. அவளை அழைத்து வந்திருந்த போலீஸ்காரன் அவளது கைகளை இறுக்கமாகப் பற்றியிருந்தான். மற்ற போலீஸ்காரர்கள் அனைவரும் மாஸ்க் அணிந்துகொண்டார்கள். இருந்தாலும் கூட அவளுக்கு யாரையும் அடையாளம் தெரிந்துகொள்ள வேண்டும் என்கிற யத்தனம் இல்லை. அதுவொரு பொருட்டே இல்லாதவள் போல அவள் இருந்தாள். அதோ அவன்தான் என்று, அந்த போலீஸ்காரன் அவளிடம் காட்டினான். அதைச் சொல்ல வேண்டியத் தேவை இல்லைதான் அவளுக்கு. இறந்து போன தன் மகனை விட கொஞ்சம் வயசுதான் இவனுக்கு அதிகமாக இருக்கும் என்று அவளுக்குத் தோன்றியது. அந்த இடமும், அவனை முட்டி போட வைத்திருக்கும் தொனியும், அங்கு நிலவும் அமைதியும், முகத்தை மறைத்துக்கொண்டிருக்கும் போலீஸ்காரர்களின் உடல் மொழியும் அவளுக்கு அந்தச் சூழலை உணர்த்தியது. அதன் பொருட்டே அவள் அந்த இடத்தை விற்க சம்மதித்திருந்தாள். ஆத்திரத்தில் நடுங்கிக்கொண்டிருந்த அவளது உடல் சற்றே நிதானமடைந்தது.

அவளை அழைத்து வந்தவன், வாங்க கிளம்புவோம் என்றான். அவள் போய் அவனது வண்டியில் உட்கார்ந்துகொண்டாள். அவன் வேறு வார்த்தை எதுவும் பேசாமல் வண்டியை உதைத்துக் கிளப்பினான். அவர்கள் நூறு மீட்டர் தூரம் கடந்திருப்பார்கள். துப்பாக்கி வெடிக்கும் சத்தம் கேட்டது.

⊙

சந்திப்பு

நீண்ட தயக்கத்துக்குப் பிறகு ராஜேஷ் ஒரு வழியாக எழுத்தாளர் தெய்வசிகாமணியிடம் பேசிவிட்டான். அவன் கிட்டத்தட்ட அவரது எல்லா நாவல்களையும், சிறுகதைகளையும் வாசித்திருந்தான். சென்ற வருடம் அவர் எழுதிய நாவல் அவனை உலுக்கியிருந்தது. அப்போதே அவரை அழைத்து, அந்த வாசிப்பு அனுபவத்தைப் பகிர்ந்துகொள்ள வேண்டும் என்று விரும்பினான். தயக்கமாக இருந்ததால், அவருக்கு ஒரு மின்னஞ்சல் மட்டும் அனுப்பினான். இரண்டு நாட்கள் கழித்து, அந்த நாவல் தங்களுக்குப் பிடித்திருப்பது குறித்து மிக்க மகிழ்ச்சி என்று சுருக்கமாகப் பதில் வந்திருந்தது. "மிக்க அன்புடன், தெய்வசிகாமணி" என்று அவர் எழுதியிருந்த விதம், அவனுக்கென்றே பிரத்யேகமாக எழுதப்பட்ட கடிதத்தைப் போன்ற நெருக்கத்தை உணரவைத்தது.

அலைபேசி எண்ணுக்கு அழைத்தான்.

"ஹலோ யாருங்க..." என்று எதிர்முனையில் ஒரு பெண் குரல் கேட்டது.

"நான் பாண்டிச்சேரியிலேருந்து சாரோட வாசகர் பேசுறேன், என் பேரு ராஜேஷ்..."

"அப்படியா, இருங்க..."

"ஏங்க உங்களுக்குப் போன்..." என்று கத்துவது கேட்டது.

கத்தும்போது நல்ல வெண்கலக் குரலாக இருக்கிறது என்று நினைத்தான். இதே தி. ஜானகிராமனின் கதையில் வரும் பாத்திரமாக இருந்தால் அவளுக்குக் கனத்த சரீரமும் கண்டு கண்டான கைகளும் நெற்றியில் பெரிய பொட்டும், அகலமான புட்டமும், சிவந்த தோலும் இருக்கும். ஆனால் இது எதுவுமே இல்லாமல் எலும்பும் தோலுமான கறுத்த பெண்ணுக்குக் கூட இப்படியொரு குரல் இருப்பதை அவன் கேட்டிருந்ததால், அவனுக்குத் தோன்றிய கற்பனையை உடனே ரத்து செய்துவிட்டுத் தெய்வசிகாமணியின் குரலுக்காகக் காத்திருந்தான்

காத்திருக்கும் சொற்ப நேரத்தில், அந்த வெண்கலக்குரலைத் தாண்டி அதில் இருந்த தொனியை அடையாளம் கண்டுகொள்ள முயன்றான். அக்குரலில் திருப்தியும் இல்லை, அதிருப்தியும் இல்லை. மகிழ்ச்சியும் இல்லை, வருத்தமும் இல்லை. ஒரு வினாடி, தாம் அனுப்பும் மெயிலுக்கு பதில் அனுப்பியதும் இந்த அம்மாள் தானோ என்று சம்சயப்பட்டான். மெல்லிய இருமலுடன் தெய்வசிகாமணி லைனுக்கு வந்தார்.

“சொல்லுங்க யாரு வேணும்...”

“சார், நான் உங்க வாசகன். பேரு ராஜேஷ், பாண்டிச்சேரியிலிருந்து பேசுறேன்...”

நல்ல ஊராச்சே... பாரதியிலேருந்து, பாரதிதாசன் வரைக்கும், சமீப காலத்துலன்னு சொன்னா பிரபஞ்சன், கி. ராஜநாராயணன், கே.ஏ. குணசேகரன்னு நிறைய பேரை நினைவுபடுத்துகிற ஊர். நிறைய தடவை வந்திருக்கேன். ஒருமுறை டவுனை சுத்தி வந்தாலே, எப்படி பிரெஞ்ச்காரன் நம்மள பிரிச்சி வச்சிருந்தான் அப்படிங்கறது புரியும். ஒரு பக்கம் நல்ல அகலமான தெருக்களோட மேடான பகுதியா இருக்கும். அதுக்கு அடுத்துப் பாத்தீங்கன்னா அடுத்த லெவல் ஆட்கள் வசிக்கிற பகுதியா கொஞ்சம் கசகசன்னு இருக்கும், கடைசியா பார்த்தா குடிசைப் பகுதிகள். அங்கதான் நம்மாளுங்க பெரும்பாலும் இருந்திருப்பாங்கன்னு நினைக்கிறேன்...

அவர் சொல்லிக்கொண்டே போனது ராஜேஷுக்குச் சுவாரஸ்யமாக இருந்தது. குணசேகரனை மட்டும் அவனுக்கு யாரென்று தெரியவில்லை.

“நீங்க என்ன பண்றீங்க...?”

“நான் ஐடியில ஒர்க் பண்றேன் சார். பாண்டியில் இருக்கேன். சொந்த ஊர் கும்பகோணம்...”

“அப்படியா சந்தோசம்...”

“நான் உங்களோட கதைகள் எல்லாத்தையும் படிச்சிருக்கேன். கடைசியா போன வருஷம் ஒரு நாவல் வந்துச்சுல்ல சார், ‘மரவட்டை’னு அற்புதமான நாவல் சார்...”

“போன வருஷம் வந்ததுன்னு சொன்னா போறும். கடைசியானு சொல்ல வேண்டியதில்லை...” சிரித்தார்.

ஆமா சார் ஆமா. அந்த நாவல் எனக்கு ரொம்ப பிடிச்சிருந்தது. அது வந்ததுமே படிச்சிட்டேன். அப்பவே உங்களுக்கு போன் பண்ணி பேசணும்னு நினைச்சேன். ஒரு தயக்கம். மெயில் மட்டும் போட்டுருந்தேன். இப்போ இந்த மாச உயிர்மைல ஒரு சிறுகதை எழுதியிருந்தீங்கல்ல, அதைப் படிச்சதும் ரொம்ப ஃபீல் பண்ணிட்டேன் சார். உங்ககிட்ட உடனே பேசிடனும்னுதான் கால் பண்ணேன்.

பரவால்ல, ஐடி மாதிரியான துறைகளில் இருந்தாலும் நவீன கதைகள்லாம் படிக்கிறீங்க. அதுவும் உயிர்மை போன்ற புஸ்தகங்கள் எல்லாம் படிக்கிறீங்க. அந்த புக்கெல்லாம் நீங்க இருக்க இடத்துல கிடைக்குதா? சில வாசகர்கள், கோணங்கியோட கல்குதிரை கூட கிடைச்சிடுது ஆனா உயிர்மை கிடைக்கிறதில்லன்னு சொல்லுவாங்க. அதை நடத்துற மனுஷ்யபுத்திரன்கிட்ட கேட்டா, அவரோட சிங்கப்பூர் வாசகி ஒருத்தி அங்க இருக்க மெட்ரோ ஸ்டேஷன்ல கூட உயிர்மை கிடைக்குதுனு சொன்னதா சொல்றார்.

இல்ல சார், இங்க புக் கிடைக்குதான்னு தெரியல. ஆனா புத்தகம் வந்த கொஞ்ச நாள் கழிச்சு இப்போலாம் ஆன்லைன்ல அப்லோட் பண்றாங்க, அதுல படிச்சிக்குவேன்...

அப்ப சரி. சந்தோசம்.

சட்டென்று அந்த உரையாடல் இறுதிக்கு வந்து விட்டது போன்ற சமிக்ஞையை அவர் வெளிப்படுத்தினார். மொத்தமே இரண்டு நிமிடங்கள்தான் இருக்கும். அதில் ஒரு வார்த்தை கூட விரயமில்லை. அவனாகவே பேசட்டும் என்று

விட்டுவிடாமல் அவரே உரையாடலை முன்னெடுத்த விதம் அவனுக்கு ஆசுவாசமாக இருந்தது. பேசத் தொடங்கிய சில வினாடிகளிலேயே அவருடன் ஒருவித சகஜத்தன்மை வந்திருந்தது. அவர் எழுத்தில் வரும் பாத்திரங்கள் அப்படித்தான். நாவலோ சிறுகதையோ தொடங்கிய சற்று நேரத்துக்குள் வாசிப்பவரை உள்ளிழுத்துக்கொள்ளும். அவருடைய உரையாடலும் அவ்விதமே இருந்தது ராஜேஷுக்கு மகிழ்ச்சியை ஏற்படுத்தியது. அதுவே, உங்களை ஒரு நாளைக்கு வந்து பார்க்கலாமா என்று உடனே கேட்கவைத்தது. அந்தத் தொலைபேசி உரையாடலைத் துவங்குவதற்கு முன்பு வரை, அவரைச் சந்திக்க வேண்டும் என்கிற எந்தத் திட்டமும் ராஜேஷுக்கு இருந்திருக்கவில்லை.

வாங்களேன், அதனால் என்ன சந்திக்கலாம். ஒரு நாள் முன்னாடியே போன் பண்ணி கன்பார்ம் பண்ணிடுங்க. பெருசா ஒன்னும் வேலை இல்லாட்டியும், எங்கேயும் வெளியில போகாட்டியும், ஏதாவது எழுதிட்டிருப்பேன் இல்லன்னா படிச்சிட்டிருப்பேன். அப்படியான நேரங்கள்ல யாரையும் சந்திக்கிறதுக்குத் தோதுபடாது. எனக்கு ஆட்களைப் பார்க்க சலிப்பா இருக்கும். பாக்க வரவங்களுக்கு அது கொஞ்சம் அதிருப்தியா போயிடும், அதுக்காகச் சொல்றேன்...

"இல்ல சார், நான் சொல்லிட்டே வர்றேன். ஏதாவது ஒரு வீக் எண்ட்ல பிளான் பண்ணிட்டு சொல்றேன்.."

"சரி வாங்க. நான் பாண்டிச்சேரி பத்தி சொன்னப்ப, மற்ற பெயர்கள் எல்லாம் உங்களுக்குத் தெரிந்திருக்கலாம். குணசேகரன் பெயர் மட்டும் குழப்பமா இருந்திருக்கும். கிராமிய பாடல்கள் எல்லாம் பாடுவார்ல அந்தக் குணசேகரன்தான். நிறைய ஆராய்ச்சி நூல்கள் எல்லாம் எழுதியிருக்கார்..."

"படிச்சதில்ல சார்..."

"பரவால்ல. உங்ககிட்ட பேசுனதுல ரொம்ப சந்தோசம்..."

"தேங்க்ஸ் சார்...!"

போனை வைத்ததும் ராஜேஷுக்கு மகிழ்ச்சியாகவும் பிரமிப்பாகவும் இருந்தது. உரையாடலின் துவக்கத்தில் அவரிடம் சாத்தியப்பட்ட சகஜத்தன்மையும் எளிமையும், அதன் இறுதியில் மரியாதை கொண்ட கறார்த்தன்மையாக

மாறிவிட்டதைப் போல இருந்தது. குணசேகரன் பற்றித் தமக்குத் தெரிந்திருக்காது என்பதை அவர் எத்தனை சரியாக அனுமானித்தார், எத்தனை எளிதாக அவர் உரையாடலைத் துவங்கினார் என்பது அவனை ஆச்சரியப்படுத்தியது. இது பொதுவாகவே எழுத்தாளர்களின் சுபாவமாக இருக்குமோ என்று நினைத்தான். இல்லை, வாய்ப்பில்லை. ஒவ்வொரு எழுத்தாளரும் ஒவ்வொரு ரகம். கூச்ச சுபாவம் கொண்டவர்கள், தனிமை விரும்பிகள், முசுடுகள், சபலக்காரர்கள், மேதைகள், கேலித்தனமும் கிண்டலும் நிறைந்தவர்கள், கபடதாரிகள் என நிறைய சுபாவம் கொண்டவர்கள் இருக்கிறார்கள் என்று படித்திருக்கிறான். அதில் தெய்வசிகாமணியை எங்கு பொருத்துவது என்று அவனுக்குத் தெரியவில்லை. அவரது எழுத்துக்களின் விஸ்தீரணத்துக்குள் விழுந்தான்.

எத்தனை வருடமாக எழுதிக்கொண்டிருக்கிறார் அவர். அவர் எழுத்து பற்றித் துல்லியமான எல்லாத் தகவல்களும் அவனுக்குத் தெரியும். எட்டு நாவல்கள், நூற்றுக்கும் மேற்பட்ட சிறுகதைகள், எழுதத் தொடங்கிய காலத்தில் எழுதிய இரண்டு கவிதைத் தொகுப்புகள், பத்திற்கும் மேற்பட்ட கட்டுரை நூல்கள் என்று தமிழில் அவர் மிகப்பெரிய சாதனையாளர்தான். எழுதத் தொடங்கிய சொற்ப காலத்திலேயே அவர் ஏன் கவிதை எழுதுவதில் இருந்து வெளியேறினார் என்று அவரைச் சந்திக்கும்போது கேட்கவேண்டும் என்று நினைத்தான். அவரது நேர்காணல் ஒன்றில் இந்தக் கேள்வியைக் கேட்டிருந்தார்கள். அதற்கு அவர் ஏதோ தத்துவார்த்தமாகப் பதில் சொல்லியிருந்தார். புரியவில்லை. அவர் எழுதுவதில் இந்தத் தத்துவச் சிக்கல் எதுவும் இருக்காது. நேரடியானதாகவும், வெளிப்படையானதாகவும் இருக்கும் எழுத்து அவருடையது. அவரது எழுத்து பற்றிய திறனாய்வுகளைப் படித்திருக்கிறான். அப்போதுதான் அதில் இத்தனை விஷயங்கள் இருக்கின்றனவா என்று பிரமிப்பாக இருந்தது. புறப்பார்வைக்குப் பகடியும், எளிமையுமாகத் தோன்றும் அவரது எழுத்தில் இத்தனை உள் மடிப்புகள் உண்டு என்பது அவனை ஆச்சரியப்படுத்தியது. அந்த ஆச்சர்யமே அவர் மீதான மரியாதையாகவும், அவரைத் தொடர்பு கொள்வதற்குக் கொண்ட தயக்கமாகவும் விரிந்தது.

அவரிடம் பேசியதும் அவனுக்குப் பிடி கிட்டியது. அவர் தனது எழுத்தைப் போலவே இருக்கிறார். புறப்பார்வைக்கு

எளிமையும் சகஜத்தன்மையும் கொண்டவராக, ஆனால் அகத்தே ஆழமானவராக. முதல் உரையாடலிலேயே தனது சுபாவத்தை வெளிப்படையாக அவர் முன் வைத்த விதம் அவனுக்குப் பிடித்தது.

"நான் எழுதிக்கொண்டிருப்பேன், சில சமயம் யாரையும் எனக்குப் பார்க்கப் பிடிக்காது அதனால் நீங்கள் என்னிடம் முன்பே சொல்லிவிட்டு வாருங்கள்" என்று அவர் சொன்னது சரிதான். அன்றாட வாழ்க்கையிலேயே நம்மால் பல நேரங்களில் இந்த வெளிப்படைத் தன்மையைக் கடைபிடிக்கமுடிவதில்லை என்று நினைத்தான்.

அவன் நினைத்தது போல அவரை அடுத்த வாரமே அழைக்க முடியவில்லை. நிறைய வேலை. ஓய்வாக இருந்த நேரங்களில், அவரை அழைப்பதற்கான மனநிலையில் இல்லை. இரண்டு மாதங்கள் கடந்திருக்கும். ஒரு விடுமுறை தினத்தில், மதியம் நன்றாகத் தூங்கி எழுந்து அந்தியில் டீ குடித்துக்கொண்டிருக்கையில், அவருக்குப் பேசலாம் என்று தோன்றியது. அழைத்தான்.

"நன்றாக ஞாபகம் இருக்கிறது, சொல்லுங்கள்" என்றார்.

"உங்களை வந்து பாக்கலாம்னு நினைச்சேன் சார். அடுத்த வீக் எண்டு வர்றேன். நீங்க ஃப்ரீதானே...?"

"ஃப்ரீதான் வாங்க...!"

"சரி சார்..."

"உங்களுக்கு நாளைக்கு வேலை இருக்கா...?"

"ஆமா சார், ஆஃபீஸ் இருக்கு..."

"ஓ, லீவ் போட முடியாதில்ல...?"

"அப்படி இல்ல சார், வேணும்னா போட்டுக்கலாம் அது ஒரு பிரச்சினை இல்லை..."

"அப்படின்னா நாளைக்குக் கிளம்பி வாங்களேன்..."

"சரி சார் நான் வர்றேன்..."

"அதுல ஒன்னும் தொந்தரவு இல்லையே... அப்படி எதுவும் இருந்தா சொல்லணும்... அதிலெல்லாம் தயங்கக்

கூடாது... அடடா ஒரு எழுத்தாளன் சொல்றானே, எப்படி மறுக்கிறதுன்னு யோசிக்கக் கூடாது...”

“இல்ல சார். அப்படி எதுவும் இல்லை. உங்களைச் சந்திக்கிறதுல எனக்கும் சந்தோசம்தான். நான் வர்றேன்...”

“சரி வாங்க. அட்ரஸ் இருக்குல்ல...?”

“இருக்கு சார், உங்க புக்ல இருக்கே அதான...?”

“ஆமா, அதேதான். இருந்தாலும் உங்க வாட்ஸப் நம்பருக்கு லொகேஷன் மேப் அனுப்புறேன்...”

ராஜேஷ் அந்தத் துல்லியத்தை எதிர்பார்க்கவில்லை. அவரை ஏன், தாம் ஒரு பழைய ஆளாகவே கற்பனை செய்து கொள்கிறோம் என்று ஆலோசித்தான். அவரது பெயர் ஒரு காரணமாக இருக்கக் கூடும். அவரது கதைகளில் ஒலிக்கும் பழமையும் அன்பும், மனிதர்கள் விலங்குகள் மீதான கரிசனமும், தனிமனிதர்கள் கொள்ளும் தத்தளிப்பும், எதையும் மீற முடியாமல் அவர்கள் கொள்ளும் அவஸ்தையும், அவரை எந்த அளவுக்கு நுண்ணுணர்வு உள்ள ஆசாமியாக உணர வைக்கிறதோ அதே அளவுக்கு அவரை உள்ளுக்குள் ஒடுங்குபவராகவும் அமைதியானவராகவும் நினைக்க வைக்கிறது. தானாக முன் வந்து பேசாதவர்களிடம் விலக்கத்தைக் கடைபிடிக்கும் தனது கூச்ச சுபாவம் குறித்தும் அவன் வெட்கமடைந்தான். அவரைத் தொலைபேசியில் அழைத்துப் பேசுவதற்கே ஒரு வருடம் ஆகியிருக்கிறது. ஆனால் அவர்தான் அதை ரொம்பவும் எளிமையாக்கினார். இல்லையென்றால் அவரை இத்தனை சீக்கிரம் சென்று பார்க்கும் முடிவை எடுத்திருக்க மாட்டான். அதுவும் அம்பாசமுத்திரம் வரை சென்று அவரைப் பார்ப்பது அவனது கற்பனைக்கு எட்டாததாக இருந்தது. அவன் மதுரையைத் தாண்டி எங்கும் சென்றதில்லை. சிறுவனாக இருக்கையில் குற்றாலத்திற்கு ஒரு முறை வேனில் போய் அருவியில் குளித்துவிட்டு, அன்றைய இரவு அங்கேயே ஒரு பாடாவதி ஹோட்டலில் தங்கி, திரும்புகையில் வாந்தியும் மயக்கமுமாக வந்து சேர்ந்த அந்த இன்பச்சுற்றுலாவை அவன் பயணக்கணக்கில் சேர்க்கவில்லை.

கிளம்ப வேண்டும் என்று முடிவு செய்தபிறகுதான், எதில் செல்வது என்று தேடினான். அவனை அதிர்ச்சியூட்டும்

விதமாகப் பாண்டிச்சேரியில் இருந்து அம்பாசமுத்திரம் வழியாக செங்கோட்டை என்ற ஊருக்கு வாரம் இருமுறை ஒரு ரயில் போய்க்கொண்டிருப்பது தெரிந்தது. முயன்றதும், எளிதாக டிக்கெட் கிடைத்துவிட்டது. அம்பாசமுத்திரத்திலேயே இறங்கிக்கொள்ள முடியும்.

“நாளை காலை ஐந்து மணிக்கு அம்பாசமுத்திரம் ஸ்டேஷன்ல இறங்குவேன் சார்” என்று அவருக்கு ஒரு குறுஞ்செய்தி அனுப்பினான். அதைப் பார்த்திருந்தார் ஆனால் பதில் ஒன்றும் இல்லை. அவர் பார்த்தாரா அல்லது அவர் மனைவி பார்த்தாரா என்று அவனுக்குத் தெளிவில்லை. பரபரவெனக் குளித்துக் கிளம்புவதில் நேரம் போயிற்று. அறை நண்பன் சிவா, சினிமாவுக்குப் போயிருந்தான். அவனுக்கும் ஒரு மெசேஜ் போட்டான். “நான் எழுத்தாளர் தெய்வசிகாமணியைப் பார்க்க அம்பாசமுத்திரம் போகிறேன், இத்தனை மணிக்கு ட்ரெயின்”. அதற்கு அவன் ஒரு வாவ் ஸ்மைலி போட்டிருந்தான். கூடவே, உன்னை வழியனுப்ப ரயில் நிலையம் வருகிறேன் என்றும் சொல்லியிருந்தான். அவனுக்கு ஆச்சர்யமாக இருந்திருக்கக் கூடும்.

எத்தனை உடைகள் எடுத்துக்கொள்வது என்று குழப்பமாக இருந்தது. எதற்கும் இருக்கட்டும் என்று இரண்டு நாட்களுக்குத் தேவையான உடைகளை மட்டும் எடுத்துக்கொண்டு லேப்டாப், பவர் பேங்க், ஷார்ட்ஸ், உள்ளாடை, ஹெட்செட் என்று தேவையானவற்றை எடுத்து பயணப்பையை நிரப்பினான். அடிக்கடி சொந்த ஊருக்குச் சென்றுவருவதால், அது பழக்கமான ஒன்றாகவே ஆகியிருந்தது.

சிவா ரயில் நிலையத்துக்கு வெளியில் நின்று புகை பிடித்துக்கொண்டிருந்தான். இவனைப் பார்த்ததும், “என்னடா எதோ டேட்டிங் போறவன் மாதிரி பளபளப்பா கிளம்பிருக்க...” என்று கிண்டலடித்தான். அவனுக்கு எழுத்து, புத்தகம் குறித்து எதுவும் ஆர்வமிருக்கவில்லை. சினிமா, வெப்சீரீஸ் என்றால் மணிக்கணக்காகப் பேசுவான். ராஜேஷுக்கும் அது வசதியாகவே இருந்தது. இருவரும் நீண்ட நேரம் உட்கார்ந்து பேசிக்கொண்டிருப்பார்கள். இவனைப் போலவே அவனும் எப்போதாவது குடிப்பதில், நிறைய தூங்குவதில் ஆர்வம் கொண்டவனாக இருந்தான். அறை ஏன் சுத்தமாக இல்லை என்று புகார் சொல்லுவதில்லை.

காலை வேலைகளில் சாமி கும்பிடப் போகிறேன் என்று எழுந்து கொண்டு படுத்துவதும் இல்லை.

பேசிட்டியாடா அவர்ட்ட என்று கேட்டவனிடம், பேசிட்டுதான்டா கிளம்புனேன் என்று சொன்னான். "நீ போயி ஒரு பாட்டில் ஜாக்மேஷரும் ரெண்டு கண்ணாடி கிளாஸூம் வாங்கிட்டு வாடா..." என்றான். "கிளாஸ் எதுக்குடா..." என்று கேட்டுக்கொண்டே அவன் பதிலுக்குக் காத்திருக்காமல் கிளம்பிப் போனான். ரயிலுக்குச் சொற்ப நேரமே இருந்தது. சீக்கிரம் வந்துடு என்று கத்தினான். அவன் வந்ததும் அந்த பிளாஸ்டிக் பொதியை வாங்கி பேக்கின் ஆழத்தில் வைத்துக்கொண்டான்.

"நீ கொண்டு போற பேக்கை பார்த்தா என்னவோ அவர் கூட குடும்பம் நடத்த போறவன் மாதிரி இருக்குடா...?"

"இல்லடா, ஹெட்செட், லேப்டாப்லாம் வைக்கவும் அப்படி இருக்கு. பத்தாததுக்கு இப்போ இந்தச் சரக்கு வேற பேக்கை ரொம்ப பெருசா காட்டுது. ரெண்டு நாள் தான்டா பிளான் பண்ணிப் போறேன். ரீச் ஆனதும் கால் பண்றேன்..."

"ஓகே டா. வீட்டுக்குச் சொல்லிட்டியா...?"

"போற வழியில பேசிப்பேன்டா..."

ரயில் தயாராக நின்றுகொண்டிருந்தது. ராஜேஷ் போய் இருக்கையைத் தேடி அமர்ந்ததும், சிவா கை காட்டிவிட்டுச் சிரித்துக்கொண்டே ஸ்டேஷனை விட்டு வெளியேறினான். ரயில் புறப்பட்டது. கூட்டமில்லை. அடுத்தடுத்த நிறுத்தங்களில் ஏறுவார்கள் என்று நினைத்தான். திருச்சியைத் தாண்டியதும் ரயில் நிறைந்துவிட்டது. அப்போது என்ன நேரம் என்று தெரியவில்லை. நன்றாகத் தூங்கிவிட்டான். ஏறுபவர்கள், இறங்குபவர்களின் சலசலப்பு ஓய்ந்ததும் மீண்டும் ரயிலில் அமைதி திரும்பியது. அவன் மீண்டும் உறக்கத்தில் ஆழ்ந்தான். இணையத்தில் பீராய்ந்து அந்த ரயில் எத்தனை மணிக்கு அம்பாசமுத்திரம் ரயில் நிலையத்தில் நிற்கும் என்பதைக் கண்டறிந்து, அதற்கு அறை மணி நேரத்துக்கு முன்பு ஒலிப்பது போல அலாரம் வைத்துக்கொண்டான்.

ரயிலை விட்டு இறங்குகையில் அதிகாலையாக இருந்தது. நிலையத்தில் கூட்டம் அதிகமில்லை. சொற்ப ஆட்களே இறங்கினார்கள். குளிர் நிரம்பியிருந்தது. ஒரு கோடை

வாசஸ்தலத்துக்கு வந்திருப்பது போன்ற உணர்வு ஏற்பட்டது. வெளியே வந்து சாலையைப் பார்த்தான். சுற்றிலும் பசுமையாக இருந்தது. பனி, புகை மூட்டம் போல பரவிக்கொண்டிருந்தது. சாம்பல் நிறப் பின்னணியில் குறிப்பிட்ட தூரத்துக்கு மேல் காட்சிகள் தெரியாமல் அந்த ஊர் ஒரு அந்தரங்கமான அமைதியில் குடிகொண்டிருந்தது. தெய்வசிகாமணியின் கதைகளில் வரும் ரயில் நிலையங்களில் இத்தகைய பனி படர்ந்த காட்சிகளே வந்ததில்லை என்பது நினைவுக்கு வந்தது. அவசர அவசரமாக ஓடி வந்து ரயில் ஏறும் காதலர்கள் என்று ஒரு சித்திரம் அவரது கதையில் பதிவாகியிருக்கிறது, வெயில் காலத்தில் ரயில் வருகிறதோ இல்லையோ ஸ்டேஷனிலேயே இருக்க வேண்டிய நிர்ப்பந்தத்தின் பொருட்டு, அங்கிருக்கும் பிச்சைக்காரனிடம் பேசிப் பொழுதைக் கழிக்கும் அதிகாரி ஒரு கட்டத்தில், தானும் அங்கு பிச்சை எடுப்பதைப் போன்று உணரும் கசப்பைப் பற்றி பேசும் ஒரு கதை நினைவுக்கு வந்தது. புஷ்கினின், நிலைய அதிகாரி கதையைப் போல தெய்வசிகாமணி எழுதியிருக்கும் அந்தக் கதையில், உள்ளார்ந்த துயரத்தைத் தாண்டி பகடி அதன் உச்சத்தை அடைந்திருக்கும்.

அந்தக் குளிருக்கு ஒரு டீ குடிக்கலாம் என்று இருந்தது. எதிரே இருந்த டீக்கடையில் டீ சொல்லிவிட்டு மொபைலை எடுத்தான். தெய்வசிகாமணி பதில் அனுப்பியிருந்தார்.

"ரயில் நிலையத்தில் ஆட்டோ கிடைக்கும். அங்கிருந்து வீடு இரண்டு கிலோமீட்டர்கள்தான். அந்த நேரத்தில் நடப்பதற்கு ரம்மியமாக இருக்கும். பயணச் சோர்வு இல்லையென்றால் நடந்தே வீட்டிற்கு வந்து விடலாம். நான் காலையிலேயே எழுந்துவிடுவேன். வருக!"

அவரது மெசேஜ் சுருக்கமாக, வெறும் தகவல் என்கிற அளவில் மாத்திரமே இருந்தது. இதைச் செய்யுங்கள் என்கிற தொனி அதில் இல்லை. வெறுமனே, உங்களுக்குப் பிடித்தால் இப்படிச் செய்து பாருங்கள் என்று சொல்வது போன்ற பிரத்யேகத்தன்மை இருந்தது. அவர் சொல்வது வரை, நடந்து செல்வது குறித்து அவன் நினைத்திருக்கவில்லை. நடப்பது, பயணம் செல்வது போன்றவற்றில் அவன் எப்போதும் ஆர்வம் கொண்டிருந்ததில்லை. இருந்தாலும் நடந்து பார்ப்போமே, இரண்டு கிலோ மீட்டர் என்று தானே சொல்லியிருக்கிறார் என்று நடக்கத் தொடங்கினான்.

குறுகலான சாலை. ரயில் பயணிகளை ஏற்றிக்கொண்டு ஆட்டோக்கள் பறந்துகொண்டிருந்தன. அது அந்த சூழலுக்குப் பொருத்தமில்லாததாக இருந்தது. நடக்கையில் அவர் சொன்னது போல, அந்தச் சூழல் ரம்மியமாகவே இருந்தது. ரயில் நிலையத்தில் இறங்கியதும் உணர்ந்த குளிர் முற்றிலும் விலகியிருந்தது. மெலிதாக வியர்த்தது. அவரது வீட்டை அடையும்போது கைக்குட்டையை எடுத்து முகத்தைத் துடைத்துக்கொண்டான். பச்சை நிற பெயிண்ட் அடித்த, முன்புறம் பெரிய தோட்டம் உள்ள, மரக்கதவால் தடுக்கப்பட்ட எழுத்தாளர் தெய்வசிகாமணியின் வீட்டைக் கண்டுபிடிப்பதில் எந்தச் சிரமமும் இல்லை.

வாங்கோ என்று மலர்ச்சியான முகத்துடன் வந்து வரவேற்றார். அந்த அதிகாலையிலேயே அவர் பேண்டும், முழுக்கை சட்டையும் அணிந்து இன் பண்ணியிருந்தது வியப்பாக இருந்தது. கையை முழங்கை வரை மடித்து விட்டிருந்தார். வெளியே திண்ணை இருந்தது. கையைப் பற்றிக் குலுக்கிவிட்டு அவர் அதில் உட்கார்ந்துகொண்டார்.

“அவ இன்னும் எழுந்துக்கல. இன்னும் கொஞ்ச நேரம் ஆகும். இன்னும் விடியலை இல்லையா...”

ஆமா சார் என்று சொல்லிக்கொண்டே ராஜேஷ் எதிர்ப்புற திண்ணையில் உட்கார்ந்தான். அந்த எழுபது வயதுக்கு அவர் நல்ல ஆரோக்கியத்துடன் இருந்தார். பளபளப்பான தோல். வெள்ளை நிற தலைமுடி ஸ்டைலாக இருந்தது. நடுவில் சொட்டையாக இருந்தாலும், முடி அடர்த்தியாக இருந்தது. அவற்றை நீளமாக வளர்த்து அவர் படிய வாரியிருந்த விதம் அழகாக இருந்தது. கருப்பு நிறத்தில் சிறிதும் பெரிதுமான மணிகள் கோர்க்கப்பட்ட மாலையும், அதற்குத் தொடர்பே இல்லாமல் பளீரென தங்கத்தில் ஒரு செயினும் போட்டிருந்தார். அவரது நிறத்துக்கு அது ரொம்பவும் வசீகரமாக இருந்தது.

“ஷூவைக் கழட்டி அந்தப் பக்கம் வச்சிருங்க...” என்று, திண்ணைக்குக் கீழே இருந்த பகுதியைக் காட்டினார். கிளம்பும் அவசரத்தில் எதோ நினைப்பில் ஷூவை மாட்டிக்கொண்ட தனது செயலை எண்ணி உள்ளுக்குள் சிரித்தபடி லேஸைத் தளர்த்தினான்.

"நான் உங்களை வந்து ரயில்வே ஸ்டேஷன்ல பிக் பண்ணுவோம்னுதான் கிளம்புனேன். அப்புறமா அப்படியே உக்காந்து தெருவை வேடிக்கை பாத்திட்டிருந்துட்டேன்..."

அவர் பேண்ட் சட்டையுடன் இருந்ததன் காரணம் புரிந்தது.

"அப்படி வந்தா எதுல வந்திருப்பீங்க...? அந்த வீட்டில் வாகனம் எதுவும் தென்படவில்லை.

"ஆட்டோலதான் வருவேன். எங்கிட்ட எந்த வண்டியும் இல்ல. எனக்கு ஓட்டவும் தெரியாது..."

"இந்த நேரத்துல எப்படி ஆட்டோ...?"

ஒரு தெரிஞ்ச டிரைவர் இருக்கான். கூப்பிட்டா வருவான். அவன்தான் எங்க போனாலும் அழைச்சிட்டுப் போவான். கொஞ்சம் அதிகமா கேப்பான். நானும் கொடுத்திருவேன். எங்களுக்குக் குழந்தைகள் இல்லங்கறது அவனுக்குத் தெரியும் இல்லையா, ஏன், கொடுத்தா என்னன்னு நினைப்பான். அவன் நினைக்கிறதும் சரிதானே? நாம இந்த விஷயத்துல இணக்கமா இல்லன்னா அவங்களா வேற வழியில எடுத்துப்பாங்க, அதுவொரு இந்தியத் தன்மை. சொல்லிவிட்டுப் புன்னகைத்தார்.

"பாத்ரூம் போகணுமா உங்களுக்கு...?"

"இல்லை, இப்போ தேவையில்லை..."

"வேணும்னா உள்ள போயி ஹால்ல உக்காந்துக்கலாம் அவ எழுந்துக்கற வரை..."

"இல்ல சார், இங்கயே உக்காந்து பேசிட்டிருக்கலாம். இங்க நல்லாருக்கு. ஊர் ரொம்ப அழகா இருக்கு சார்..."

"உங்களுக்கு டீ போட தெரியுமா...?"

"தெரியும் சார், ஓரளவு சமைக்கவே தெரியும். நான் என்னோட ஃபிரண்ட்ஸ் கூடதான் இருக்கேன். பேச்சிலர் லைஃப், அதனால இதெல்லாம் ஓரளவுக்குப் பழகிடுச்சு..."

"சமைக்கிறது, துணி துவைக்கிறது, குடும்பத்தைப் பாத்துக்கறது, என்னை நானே பாத்துக்கிறது இது எதுவுமே எனக்குத் தெரியாது..."

“நீங்க கிச்சனை காட்டுங்க, நான் வேணா டீ போடுறேன்...”

“அது வேணாம், அவ ஒவ்வொண்ணும் ஒவ்வொரு இடத்துல வச்சிருப்பா, தேடி எடுக்கணும். எனக்கும் அதெல்லாம் எங்க இருக்கும்னு தெரியாது, உங்களுக்கும் சிரமம்...”

“அப்போ சரி சார். நாம பேசிட்டிருப்போம்...”

“நீங்க ஆட்டோவுல வந்திருந்தீங்கன்னா, அந்த ஆட்டோவிலேயே திரும்ப கடைத்தெருவுக்குப் போயி டீ குடிக்கலாம் நினைச்சேன். நீங்க என்னடானா நான் நல்லாருக்கும்னு சொன்னதும் செக் பண்ணி பாப்போம்னு நடந்தே வந்துட்டீங்க...”

“அச்சச்சோ நான் இதை எதிர்பார்க்கல சார். இப்போ மட்டும் என்ன, வாங்க அப்படியே வெளியில போவோம். டீ குடிச்சிட்டு வருவோம்...”

“இல்ல நீங்க இப்பதான் நடந்து வந்திருக்கீங்க. திரும்ப நடக்க சிரமமா இருக்கும்...”

“இல்ல பரவால்ல. வாங்க போகலாம்...”

தெய்வசிகாமணி ஜம்மென்று கிளம்பிவிட்டார்.

ராஜேஷ் அவனது பேக்கில் இருந்த ஸ்லிப்பரை எடுத்து போட்டுக் கொண்டான். அவர் வெளியில் வந்து மரக்கதவின் கொக்கியைப் போட்டதும், இருவரும் நடக்கத் தொடங்கினார்கள். ஒரு கிலோமீட்டர் தூரம் நடந்திருப்பார்கள். அவர் அவனுக்கு இணையாக நடந்து கொண்டிருந்தார். அப்போதுதான் சுருக்கமாக அவனது குடும்பம் பற்றி கேட்டார். அவன் சொன்னதைத் தாண்டி வேறு கேள்விகள் எதுவும் கேட்கவில்லை. அதில் மேற்கொண்டு கேட்க என்ன இருக்கிறது போன்ற சுபாவத்தில் மற்ற விஷயங்களைப் பற்றி பேசிக்கொண்டே வந்தார். அவன் தயக்கமில்லாமல் இலக்கியம், அரசியல் என்று அவரிடம் ஏதேதோ கேட்டுக்கொண்டே நடந்தான். எதைப் பற்றி பேசவும் அவருக்குத் தயக்கமில்லை. அதே நேரம் அவனுக்கு புதிதாக ஒரு விஷயத்தைச் சொல்கிறோம் என்கிற தொனி இல்லாமல், அவன் ஏதோ சக வயதுக்காரன் போல அவனிடம் விஷயங்களைப் பகிர்ந்து கொள்ளும் தோரணையில் சொல்லிக்கொண்டே வந்தார். ரயில்வே ஸ்டேஷனுக்கு முன்பாகவே இடது புறம்

திரும்பி ஒரு சிறிய கடைத்தெருவை அடைந்தார்கள். ஒரு டீக்கடையின் முன்னால் போய் நின்றார்.

அப்போதுதான் அவன் அந்த பேக்கை முதுகிலேயே மாட்டியிருப்பது அவரது கவனத்துக்கு வந்தது.

"வீட்டிலேயே வச்சிட்டு வந்திருக்கலாமே..? இதை வேற ஏன் இவ்வளவு தூரம் சுமந்துக்கிட்டு வந்தீங்க...?"

ராஜேஷ் கூச்சத்துடன் சிரித்தான். "எனக்கும் அது கவனத்திலேயே இல்ல சார்..."

தெய்வசிகாமணி சப்தமாகச் சிரித்தார். அவனது தோளில் ஸ்நேகமாகத் தட்டினார். "அப்படித்தான் இருக்கணும். ஐ லைக் திஸ் பிஹேவியர். எல்லாத்துலயும் கவனமா இருக்கவங்க மேல எனக்கு அவெர்ஷன் வந்துடுது..."

இருவரும் அங்கு கிடந்த பெஞ்சில் உட்கார்ந்தார்கள். ரயில்வே ஸ்டேஷனில் குடித்த டீயை விட அங்கு டீ நன்றாக இருந்தது. அவர் எதுவும் பேசவில்லை. அவனும் அமைதியாக குடித்துக்கொண்டிருந்தான்.

டீ குடித்து முடித்ததும், சிறிது நேரம் அவர் ஏதோ சிந்தனையில் ஆழ்ந்திருப்பவர் போலத் தலையைக் குனிந்தபடி அமைதியாக உட்கார்ந்திருந்தார். ஆட்கள் வருவதும் போவதுமாக அந்த டீக்கடை லேசான பரபரப்புடன் இருந்தது. அவரிடம் யாரும் முகமன் கூறவோ அறிமுகப்படுத்திக்கொள்ளவோ இல்லை. அவன் எப்படி அந்த ஊருக்குப் புதியவனோ அதே போல அவரும் புதியவர் என்ற எண்ணமே அவனுக்கு உண்டானது. அவர் அணிந்திருந்த உடை கூட அந்த சூழலுக்குப் பொருத்தமில்லாததாக இருந்தது.

திரும்புகையில் காலை இளவெயில் மென்மையான வெளிச்சத்துடன் வரத் தொடங்கியிருந்தது. அந்த வழியாகப் போவோம் என்று வேறு ஒரு வழியைக் கைகாட்டினார். அது இன்னும் குறுகலான சாலையாக இருந்தது. ஒரு புறம் தோப்புகளும் வயல்களுமாக வந்தன. மறுபுறம் ஒரு வாய்க்கால் சாலைக்கு இணையாக ஓடிக்கொண்டிருந்தது. அவ்வப்போது டூ வீலர்கள், சைக்கிள்கள் எதிர்ப்பட்டன. வழியில் ஒரு பெரிய ஆலமரம் இருந்தது.

“இங்க கொஞ்ச நேரம் உட்காரலாமா சார், இந்த இடம் நல்லாருக்கு...”

அப்போது அவன் புதுமைப்பித்தனின் படைப்புகளில் இருக்கும் சாதிய சுட்டல்கள் குறித்துக் கேட்டிருந்தான், எனக்கு அப்படித் தோன்றியதில்லை என்று அவர் சொல்லிக்கொண்டிருந்தார். கிட்டத்தட்ட இருவரும் தமிழிலக்கியத்தின் பெரும்பகுதியைச் சுற்றி வந்திருந்தார்கள். அவருக்குச் சலிக்கவில்லை, அவர் எரிச்சலடையவில்லை. அதே நேரம் அவர் கேள்விகளை எதிர்நோக்கியும் இருக்கவில்லை. நிறைய நேரம் இருவரும் அமைதியாகவே நடந்தார்கள்.

அந்த மரத்தின் கீழே ஒரு சிமெண்ட் பெஞ்ச் இருந்தது. இரண்டு வரிசைக் கற்களை அடுக்கி ஒரு காம்பவுண்ட் ஸ்லாப்பை அதன் மீது போட்டிருந்தார்கள்.

“இப்போதாவது அந்தப் பையை இறக்கி வைங்க, ரொம்ப நேரமா சுமந்திட்டிருக்கீங்க...!”

அவன் பையைக் கீழே வைக்கும்போது கண்ணாடி கிளாஸ் “க்ளங்” என்று ஒலியெழுப்பியது.

“என்ன...” என்பது போல் ஏறிட்டுப் பார்த்தார்.

சரக்கு சார். ஜாக்மய்ஷர். நீங்க ஒரு கதையில அதைப்பற்றி சிலாகிச்சு எழுதியிருப்பீங்க. உங்களுக்கு எதாவது வாங்கிட்டுப் போகலாம்னு நினைச்சேன், சரி ஜாக்மய்ஷர் வாங்கிட்டு போனா என்னனு தோணவும் வாங்கிட்டு வந்தேன்.

“எடுங்களேன் பாப்போம்...”

அவன் அந்த பாட்டிலையும், இரண்டு கண்ணாடி தம்ளர்களையும் எடுத்தான். பாட்டிலை எதோ அப்போது பிறந்த சிசுவை வாங்குவது போல வாங்கினார். கைகள் மெலிதாக நடுங்கின. அவருக்கு வயதாகிவிட்டது என்பது அவரது மணிக்கட்டையொட்டிப் புடைத்து வெளித்தெரியும் நரம்பில் மட்டும் தெரிகிறது.

“நான் கற்பனை பண்ணினதை விட கருப்பா இருக்கு” என்று சிரித்தார்.

“நீங்க குடிச்சதில்லையா சார்..?”

"குடிச்சிருக்கேன், ரொம்ப வருஷம் முன்ன. அப்புறம் டாக்டர் குடிக்கக் கூடாதுனு சொல்லிட்டான். அவன் சொன்னதை மீறி குடிக்கணும்னா அதுக்கு ஒரு நிர்ப்பந்தம் வேணும் இல்லையா. அப்படி ஒன்னு அமையல..."

"நிர்ப்பந்தம்னா...?"

நீங்க ஒரு கட்டுப்பாட்டை மீறனும்னா, அதுக்கு ஒரு மதிப்பான காரணம் வேணும் இல்லையா? மகத்துவமான கட்டுப்பாடுகள் உண்டுதான். அதைக் கடந்து போறதுக்கு அதைவிட மகத்துவமான காரணங்கள் வேணும் அவ்வளவுதான். எல்லாக் கட்டுப்பாடுகளுமே மீறுறதுக்குதானே? இன்னொன்னு, டாக்டர் குடிக்கக் கூடாதுன்னு சொன்னாங்கறதெல்லாம் ரொம்ப ஸில்லி. உண்மையா சொன்னா டாக்டர் ஒரு சாக்கு. அவன் சொன்னதை மீறுறதுக்கு எனக்கு அதைவிட மேலான ஒரு காரணம் கிடைக்கல. குடிச்சா செத்துருவேன்னு அவன் சொன்னது மட்டும் ஓரளவுக்கு மதிப்பான காரணமா இன்னும் அப்படியே இருக்கு.

அவர் சொல்லிக்கொண்டிருப்பது, ஒரு நல்ல சிறுகதையின் உச்சமான பத்தியைப் போல இருந்தது அவனுக்கு.

"வேற என்னவெல்லாம் இந்த மாதிரி நிர்ப்பந்தத்தை மீற முடியாத சந்தர்ப்பங்கள் இருந்திருக்கு...? அல்லது அந்த மாதிரி சந்தர்ப்பங்கள் அமையல...?"

"வேற ஒரு மனுஷி கூட, ஒரு நாள் அல்லது கொஞ்ச நாள் இருக்கணும்னு நினைச்சிருக்கேன். அது நடக்கல..."

"மனுஷி அப்படின்னா...? அசாத்தியமான மனுஷியா...?"

"*No. A girl, whoever it may be... a call girl is better...*"

இருவரும் சிரித்தார்கள். அவர் அவனது கைகளைப் பற்றிக்கொண்டு அந்த மரத்தின் இன்னொரு பகுதி வரை நடந்தார்.

"ஆளுக்கொரு பெக் சரக்கு போடுவோமா சார்..." என்று ராஜேஷ்தான் அவரைக் கேட்டான்.

"ஓ ஷ்யூர்..."

ராஜேஷ் கிளாஸை எடுத்து சிறிய பெக்குகளாகச் சரக்கை ஊற்றினான். பையில் தண்ணீர் இல்லை. வாய்க்கால்

தண்ணீரைக் கைகளால் மொண்டு அதில் ஊற்றி எடுத்து வந்தான்.

“சியர்ஸ்...!”

“சியர்ஸ்...!”

தெய்வசிகாமணியின் முகத்தில் எந்தச் சுழிப்பும் இல்லை. அமிர்தத்தைப் பருகுபவர்கள் போல, அமைதியாகக் குடித்தார். இருவரும் மீண்டும் பேசிக்கொண்டிருந்தார்கள். இன்னும் இரண்டு பெக் அருந்தினார்கள். வெயில் நன்றாக வந்துவிட்டிருந்தது. பாட்டிலை மூடி மீண்டும் பைக்குள் வைத்தான். கிளாஸை கழுவினான். குழந்தைகள் விளையாடுவதை வேடிக்கை பார்ப்பவர் போல அவன் செய்வதை அவர் வேடிக்கை பார்த்துக்கொண்டிருந்தார்.

“நீங்க ஒருநாள் பாண்டிச்சேரி வாங்க சார்...”

“வர்றேன், இன்னைக்குக் கூட போகலாம்...”

ராஜேஷுக்கு அதிர்ச்சியாக இருந்தது. ஆனாலும் அவர் சொல்வதை உடனே ஆமோதிப்பது சாகஸமாகவும் இருந்தது. அவன் எழுந்து நின்று, அவர் நிஜமாகத்தான் சொல்கிறாரா அல்லது கேலி செய்கிறாரா என்பதை உறுதிப்படுத்திக் கொள்பவன் போல அவரது முகத்தைப் பார்த்தான். அவர் அவனது தோளில் கை போட்டுக்கொண்டு, வாங்க போவோம் என்றார் உறுதியாக. அடுத்த இரண்டு மணி நேரத்தில் இருவரும் பாண்டிச்சேரிக்கு ரயில் ஏறியிருந்தார்கள்.

⊙

பறக்கும் முத்த ஸ்மைலிகள்

மேனகா வீட்டை விட்டு ஓடிப்போனதாகச் சொல்லப்பட்ட அன்று அவள் ஆட்டோவில் ஏறித்தான் போயிருந்தாள். அம்மாவுடன் கடைத்தெருவுக்குக் கூட்டிச் செல்லும்போது எந்த ஆட்டோவில் செல்வாளோ, எங்கே இறங்கிக் கொண்டு இரண்டு பேரும் ஆட்டோவுக்கு விடை கொடுப்பார்களோ அங்குதான் இறங்கிக் கொண்டாள். அங்கிருந்து கடைத்தெருவுக்குச் செல்லும் வழியை விடுத்து பஸ் ஸ்டேண்டுக்குப் போய் அங்கிருந்து சென்னைக்கு பஸ் ஏறிவிட்டாள். பக்கத்து வீட்டு அம்புஜத்தின் அக்கா பொண்ணு சடங்கான விசேஷத்துக்குப் போய்விட்டு அந்தியில் வீடு திருப்பிய மேனகாவின் அம்மா செல்வி, வீட்டின் கதவு சாத்தப்பட்டு வெளிப்புறம் தாழ்ப்பாள் போடப்பட்டிருக்கவும், மகள் வழக்கம் போல ஆங்கில டியூஷன்தான் போயிருக்கிறாள் என்று நினைத்துக்கொண்டு சமையலறைக்குப் போய் இரவு உணவுக்கான ஏற்பாடுகளில் இறங்கினாள். மேனகாவின் மொபைல் போன் அம்மி மீது இருந்தது. எதற்கு வழக்கத்துக்கு மாறாக போனை இங்கு வைத்திருக்கிறாள் என்று எடுத்துப் பார்த்தவளுக்கு, அதன் திரையில் எதுவும் தெரியாமல் சன்னமான ஒளி மட்டும் வருவது குழப்பமாக இருந்தது. மேனகா அந்த

போனை ஃபேக்டரி செட்டிங்குக்கு மாற்றி வைத்துவிட்டுப் போயிருக்கிறாள் என்பது செல்விக்கு எப்படித் தெரியும்? சமைத்த பாத்திரத்தைக் கழுவி காயவைப்பதைப் போல அவள் போனில் இருந்த எல்லாத் தகவல்களையும் அழித்துவிட்டு அதை அம்மி மீது வைத்துவிட்டு ஆட்டோ ஏறியிருந்தாள். அதற்கு அந்த போனையே அவள் எடுத்துக்கொண்டு போயிருக்கலாமே என்பது புரியாத புதிர். நடக்கும் எல்லா விஷயங்களுக்குமா காரணம் இருக்கிறது? மேனகா வீட்டை விட்டுப் போனதும் அப்படி ஒரு புதிர்தான்.

அவள் மாயமாகிவிட்டாள் என்பது வேலைக்குப் போயிருந்த மேனகாவின் தந்தை, அதான் அந்த செல்வராஜ் வந்து, பொண்டாட்டி செல்வியிடம் மகள் எங்கே என்று கேட்டு, வந்துருவா என்று அவள் அலட்சியமாகப் பதில் சொல்லியதில் கோபமுற்று அவளைத் திட்டி, என்னைக்கொண்டு வந்து ஜவுளிக் கடையில் வேலை செய்பவனுக்குக் கட்டி வைத்து என் வாழ்க்கையைக் கெடுத்துவிட்டார்கள் என்று அவள் ஒப்பாரி வைத்து, இறுதியாக அக்கம் பக்கம் விசாரித்து மகள் ஓடிவிட்டாள் என்பதை அவர்கள் புரிந்துகொண்ட போது நள்ளிரவு ஆகியிருந்தது. மேனகாவுடன் டியூஷன் படிக்கும் கல்லூரி ஸ்நேகிதி, இரண்டாவது முறை செல்வி அவள் வீட்டுக்குப் போய் விசாரிக்கும்போதுதான் அந்தச் சிறிய காகிதத்தைக் கொடுத்தாள். சாயந்திரம் வந்து கேட்டப்பவே இதைக் காட்டியிருக்கலாம்லடி என்று செல்வி கேட்டதற்கு, மறந்துவிட்டேன் அத்தை என்று மட்டும் சொன்னாள். அவளும் மேனகாவும் அத்தனை நெருக்கமான ஸ்நேகிதிகளாக இருந்திருக்கிறார்கள். அதனால்தான், ராத்திரிக்குப் பிறகு இந்தக் கடிதத்தை என் அம்மாவிடம் கொடுத்தால் போதும் என்று மேனகா சொன்னதைத் தட்டாமல் நிறைவேற்றியிருக்கிறாள். அந்தியிலேயே செல்வி, மகளைக் குறித்து விசாரிக்க வந்துவிடவும், தெரியாது என்று சொன்னதோடு நிறுத்திக்கொண்டாள். மீண்டும் நள்ளிரவில் வந்து கண்ணீரும் கம்பலையுமாக நிற்கவும், இதுதான் மேனகா சொன்ன நேரம் என்று கடிதத்தைக் கொடுத்திருக்கிறாள். அப்படியொன்றும் அந்தக் கடிதத்தில் எந்த விரிவான தகவலும் இல்லை. நான் வீட்டை விட்டுப் போகிறேன், என்னைத் தேடவேண்டாம், நான் ஒன்றும் கற்கண்டு அல்ல கரைந்து போவதற்கு, எனக்கு உதவ நிறைய நண்பர்கள்

இருக்கிறார்கள் நான் பார்த்துக்கொள்கிறேன், செட்டில் ஆனதும் தொடர்பு கொள்கிறேன். இவ்வளவுதான் இருந்தது.

நான் ஒன்றும் கற்கண்டு அல்ல கரைந்து போவதற்கு என்ற வரி செல்வியின் மனதில் நீண்ட நேரத்துக்குச் சுழன்று கொண்டே இருந்தது. அதுவொரு புதிய படத்தின் பாடல். அந்தப் பாட்டிற்கு அம்மாவும் மகளும் சேர்ந்து ஆடி ரீல்ஸ் போட்டிருந்தார்கள். நிறைய வியூஸ் போனது. மகள் குதித்து குதித்து ஆடுவது போல தன்னால் ஆடமுடியவில்லை என்ற விசனம் கூட இருந்தது செல்விக்கு. ஜவுளிக்கடையில், வேலை செய்த அசதியில், உணவு இடைவேளையின்போது கோடவுனில் கிடந்த துணி பண்டிலின் மீது சாய்ந்து தூங்கிக்கொண்டிருந்தான் செல்வராஜ். கூட வேலை செய்யும் தினேஷ் நொய் நொய் என்று ஹெட் போன் கூட இல்லாமல் மொபைலில் ரீல்ஸ் பார்த்துக்கொண்டிருக்கவும், அப்படி என்னதான்டா இருக்கு அந்த வீடியோவுல, கொஞ்ச நேரம் கண்ணு அசரலாம்னா விடுறீங்களாடா என்று அலுத்துக்கொண்டே எழுந்திருக்கும்போதுதான் அதில் செல்வியும் மேனகாவும் குலுங்கிக் குலுங்கி ஆடிக்கொண்டிருப்பது அவன் கண்ணில் பட்டது. வீட்டிற்கு வந்து ருத்திர தாண்டவம் ஆட முயன்று தோல்வியைத் தழுவினான் செல்வராஜ். ராசாத்தியா வாழவேண்டிய என் தலையில கொண்டுவந்து ஜவுளிக்கடையில வேலை செய்யிறவனைக் கட்டி என் வாழ்க்கையவே நாசமாக்கிட்டான் எங்கப்பன் என்ற செல்வியின் வழக்கமான தாக்குதலை அவனால் எதிர்த்து நிற்க முடிவதில்லை. சமீபமாக அவனே கூட நாம் அவளுக்கு ஏற்ற கணவன் இல்லையோ, நமக்கு வாக்கப்படவில்லை என்றால் வேறு நல்ல இடத்தில் வாக்கப்பட்டு இன்னும் நல்ல ரீல்ஸுக்கு ஆடியிருப்பாளோ என்று நினைக்கத் தொடங்கிவிட்டான்.

அப்பா, இதெல்லாம் ஒன்னும் பெரிய விஷயம் இல்லப்பா, என்னோட பிரண்ட்ஸ் எல்லாரும் பண்றாங்க, நான் இதெல்லாம் பண்ணலேன்னா என்னை வெவரம் இல்லாதவன்னு நினைச்சிப்பாங்கப்பா என்று மேனகா சொன்னதை மறுக்கவும் முடியவில்லை அவனுக்கு. என்ன இருந்தாலும் கொஞ்சம் இறுக்கமான உடையாகப் போட்டுக்கொண்டு ஆடியிருக்கலாம், பார் முலைகள் எப்படிக் குலுங்குகின்றன என்று சொல்லலாம் என்று வாய்

வரைக்கும் வந்ததை, மேனகா தனக்கு ஒரே மகள் என்கிற பாசம் வந்து மறைத்துவிட்டது. இருந்தாலும் இதயத்தைக் கல்லாக்கிக்கொண்டு அதைக் கேட்கப் போகையில்தான், அவள் கையில் இருந்த மொபைலில் வேறொரு வீடியோவைக் காட்டினாள். அதில் மேனகாவுடன் கல்லூரியில் படிக்கும் ஒருத்தி தன் அம்மாவுடன் நடனமாடிக்கொண்டிருந்தாள். அதுவொரு உல்லாசக் கப்பல் போல் இருந்தது. போன விடுமுறையின் போது அவ குடும்பத்தோட மாலத்தீவுக்கு டூர் போயிருந்தாப்பா. அங்கேதான் அவ அம்மா கூட ஆடி இந்த வீடியோவை எடுத்திருக்கா. அவங்க அப்பாதான் இதை ஷூட் பண்ணினது. எவ்வளவு நல்லா இருக்கு பாரு என்றாள் மேனகா. உண்மையிலேயே அது நன்றாக இருப்பதாகவே செல்வராஜுக்குத் தோன்றியது. இத்தனைக் குதித்து குதித்து ஆடாமல், அந்த அம்மா எவ்வளவு நளினமாக ஆடுகிறாள் என்று நினைத்தான் செல்வராஜ். அந்தப் பெண் குட்டைப்பாவாடையும், பனியனும் அணிந்துதான் ஆடுகிறாள் என்றாலும் அதில் ஆபாசமாக எதுவும் தோன்றவில்லை. ஆனால் செல்வியும் மேனகாவும் ஆடுவதில் ஏதோ குறை இருக்கிறது என்று தெரிகிறது, ஆனால் என்ன குறை என்றுதான் தனது குருவி மூளைக்குப் புரியவில்லை என்று குழம்பினான்.

தமது எட்டாங்கிளாஸ் படிப்புக்கும், ஜவுளிக்கடை வேலைக்கும் இந்த அளவுக்குத் தெரிவதே பெரிய விஷயம் என்று சமாதானம் செய்துகொண்டான். “நீதான்டி மாலி கோலின்னு பேசுற, நமக்கு இங்க இருக்க குற்றாலத்துக்கே பவுசு இல்ல” என்று பொண்டாட்டி குத்திக்காட்டியதை நைஸாக கடந்துவிட்டான்.

பன்னிரெண்டாம் வகுப்பு படித்திருந்த செல்விக்குப் புருஷனின் குறைந்த படிப்பு மீதும், அவனது மதிப்பு குறைவான வேலை மீதும் வருத்தம் இருக்கத்தான் செய்கிறது. தன் அப்பா இன்னும் கொஞ்ச நாள் காத்திருந்து, நல்ல வேலையில் இருக்கும் ஒரு மாப்பிள்ளையாகப் பார்த்துக் கட்டிவைத்திருக்கலாம் என்று அவள் நினைக்காத நாளில்லை. அவரும்தான் என்ன பண்ணுவார் பாவம், மில்லு வேலையில் வந்த செட்டில்மென்ட் பணத்தை வைத்து எப்படியோ நகை சீர் செனத்தி என்று ஒப்பேற்றி ஒரு வகையாகத் கல்யாணத்தை முடித்துவிட்டார். ஒரே மகனும் பொண்டாட்டி பேச்சைக்

கேட்டுக்கொண்டு தனிக்குடித்தனம் போய்விட்டான். அம்மா இருந்திருந்தால், இது இந்த மாதிரி நடக்கவிட்டிருக்கமாட்டாள் என்று செல்வி நினைத்தாள். அவள் நினைக்காத ஒரு விஷயம், கைக்குழந்தைகளோடு பொண்டாட்டியைப் பறிகொடுத்துவிட்டு ஒண்டிக்கட்டையாக மில் வேலைக்கும் போய் வந்துகொண்டு, இரண்டு குழந்தைகளையும் படிக்க வைத்து, கல்யாணமும் பண்ணி வைத்த தந்தைக்கு சிரமம் இருந்திருக்கும் என்பதைத்தான். அவருக்கு என்ன சிரமம், வீட்டில் இருந்தா பொழுது போகாதுன்னு அவரே தான் வேலை செஞ்ச மில்லுக்கே செக்யூரிட்டி வேலைக்குப் போயிருக்காரு, சோத்துக்குச் சோறும் ஆச்சு, பொழுதுக்குப் பொழுதும் போச்சு, எனக்குத்தான் எப்பவும் புதுத்துணியோட பெயிண்ட் வாசம் அடிக்கிறவன் கூட வாழ்க்கை நாசமாப்போச்சு என்று அங்கலாய்ப்பதை அவள் நிறுத்தவில்லை.

மேனகா அம்மாவுடன் சேர்ந்து ரீல்ஸ் போட்டது, மாலத்தீவுக்குக் குடும்பத்துடன் போன கல்லூரித் தோழி அவளிடம் பீற்றிக்கொண்ட பிறகுதான். செல்வராஜிடம் போராடி பாஸ்போர்ட் எடுத்ததும் அப்போதுதான். மேனகா டிக்டாக்கில் பிரபலமாக இருந்தாள். அரசாங்கம் டிக்டாக்கை பொசுக்கென்று தடை செய்துவிடவும் ஜாகையை இன்ஸ்டாவுக்கு மாற்றியிருந்தாள். செல்விக்குத்தான் அந்த இடம் ஏறுக்கு மாறாக இருந்தது. ஆனாலும் சொற்ப நாட்களிலேயே பழகிவிட்டாள். இப்போதெல்லாம் ஹலோ பிரண்ட்ஸ் என்று கொஞ்சலாகப் பேசுவதற்கு வருகிறது. அவ்வப்போது செல்வராஜிடமே அப்படி பேசிப்பார்த்தாள்.

“ஹலோ பிரண்ட் என்ன சாப்பிடுறீங்க? கஞ்சியும் ஊறுகாயும் இருக்கு வைக்கவா, இல்ல தோசை போட்டு தரவா சொல்லுங்க...”

“அதை ஏண்டி இத்தனை இழுக்குறவ, துணி பண்டலை சிமெண்டு தரையில போட்டு இழுத்த மாதிரி...” என்று புலம்பிக்கொண்டே கஞ்சியைக் குடித்துவிட்டு வேலைக்குக் கிளம்பினான் செல்வராஜ். “எல்லாம் ஒரு சைஸாத்தான் திரியிறாளுவ, ஆளும் மண்டையும்” என்று மனதிற்குள் சொல்லிக்கொண்டான்.

மேனகா வீட்டை விட்டு ஓடுவாள் என்பதைத்தான் அவன் எதிர்பார்க்கவில்லை. கல்லூரிப் படிப்பு இன்னும் ஒரு வருடம் இருக்கிறது. படிப்பு முடிந்ததும், தாம் வேலை செய்யும் துணிக்கடையில் இல்லாவிட்டாலும், வேறு ஏதாவது ஒரு கடையில் அக்கவுண்ட் வேலைக்குச் சேர்த்துவிடலாம் என்று கனவு கண்டுகொண்டிருந்தான். சுழல் நாற்காலியில் உட்கார்ந்துகொள்ளலாம். கணக்கெல்லாம் முடித்துவிட்டு வீட்டுக்கு வர கொஞ்சம் தாமதம் ஆனாலும், படிக்காத சேல்ஸ் பெண்கள் மாதிரி கால் நரம்பு சுருள சுருள நாள் முழுக்க நின்றுகொண்டிருக்கவேண்டியதில்லை. அக்கவுண்ட் வேலைக்கு உதவும் என்பதால்தான், அவள் இங்கிலிஷ் டியூஷன் போகவேண்டும் என்று கேட்டபோது அதற்குச் சம்மதித்தான். ஆனால் மேனகா ரீல்ஸ்க்கு உதவும் என்றுதான் டியூஷனுக்குப் போனாள்.

ஆமா, அவ எதுக்குத் துணிக்கடைக்கு வேலைக்குப் போகணும்? அவ மேலயும் பெயிண்ட் நாத்தம் அடிக்கணுமா, வேற இடம் இல்லையா வேலைக்குப் போறதுக்கு என்று செல்வி அவன் மீது சுடுதண்ணியைக் கொட்டினாலும், மகள் நல்ல இடத்துக்கு வேலைக்குப் போவாள் என்று அவளும் கற்பனை செய்து வைத்திருந்தாள். அவ என்னமா இங்கிலீஸ் பேசுறா...! பிரண்ட்ஸ் என்பதை எத்தனை ஸ்டைலாப் பேசுறா என்பதில் பெருமிதம் இருந்தது. தன்னை விட எடுப்பான பெரிய முலைகள் என்பதால்தான் அவளுக்கு நிறைய வியூஸ் போகிறது என்று குமைந்தாலும், தன் மகள் அழகி என்ற ரகசியப் பொறாமையும் இருந்தது அவளுக்கு. ஆனாலும் அவள் இப்படிச் சொல்லாமல் கொள்ளாமல் வீட்டை விட்டு ஓடிப்போவாள் என்று அவள் நினைக்கவில்லை. இத்தனைக்கும் அவளை மகள் போல இல்லாமல் ஸ்நேகிதி போலத்தான் நடத்தினாள். தன்னிடம் கூட சொல்லாமல், அப்படி என்ன ஓட்டம் வேண்டிக்கிடக்கு ஓட்டம் என்று செல்விக்கு ஆத்திரம் ஆத்திரமாக வந்தது.

யாராக இருக்கும்? இவனாக இருக்குமா அல்லது அவனாக இருக்குமா என்று நினைவுக்கு வந்த சோக்குப் பேர்வழி எல்லாரையும் மனதுக்குள் கொண்டு வந்து நிறுத்திப் பார்த்தாள். பிடிகிடைக்கவில்லை. மேனகாவின் டியூஷன் ஸ்நேகிதியைத் தனியாக அழைத்து அவளுக்கு எதுவும் தெரிந்திருக்குமா என்று அறிந்துகொள்ள முயன்றாள். ஆனால்

அந்தப் பெண்ணின் அம்மா கூடவே நின்றுகொண்டு, எல்லாக் கேள்விகளுக்கும் அவளே பதில் சொல்லிக் கொண்டிருந்தாள். அவளுக்குத் தன் மகள் மேனகாவுடன் பழகுவது பிடிக்கவில்லை. செல்வி மீதும் அவளுக்கு அசூயையாக இருந்தது. “சின்னப்பொண்ணு அவதான் அப்படி வெக்கங்கெட்டு திரியுறானா, இவளும்ல அவ கூட சேர்ந்து ஆடிட்டிருக்கா, நல்ல குடும்பத்துக்கு அழகா இது...” என்பது அவளது எண்ணமாக இருந்தது. “இப்படி ஒரு நாள் நடக்கும்னு எனக்கு அப்பவே தெரியும்” என்று மட்டும் அவள் சொல்லவில்லையே தவற, செல்வி கண்ணீர் மல்க தவிக்கும்போது, வேடிக்கை பார்க்கும் மனநிலையையும் மீறி அவளுக்குக் கொஞ்சம் வருத்தமாகத்தான் இருந்தது. இருந்தாலும் தன் மகளைக் கூப்பிட்டுத் தனியாக, “நீ எதுவும் அப்படி இருக்கும் இப்படி இருந்திருக்கும் அவன் கூட போயிருக்க வாய்ப்பிருக்கு அப்படினு எதாவது சொல்லிக்கிட்டு நிக்காத, எப்படியும் விஷயம் போலீஸ் கீலீஸ் னு கண்டிப்பா போவும், நீதான அவ கூட நெருக்கமா இருந்த உனக்கு எப்படி தெரியாமப் போகும்னு அவனுக வந்து படுத்துவானுங்க...” என்று மகளை எச்சரித்தாள். அவளது புருஷன் கவர்மெண்ட் ஆபீசில் கிளார்க்காக இருந்தான். “எவன் கூடயாவது படுத்துட்டு ஒரு வாரம் பத்துநாள்ல திரும்பி வருவா, அந்தப் பொம்பளைய போயி அமைதியா இருக்க சொல்லு” என்று கிசுகிசுப்பான குரலில் பொண்டாட்டியிடம் சொன்னான். “இதும் நல்ல கட்டைதான், அவ ஆட்டத்தைப் பார்த்ததில்லையே நீ...” என்று பல்லைக் காட்டியவனை முறைத்து அடக்கினாள் அவள்.

இவர்கள் உத்தேசிப்பது போல அல்லாமல் மேனகா எல்லா ஏற்பாடுகளையும் இன்பாக்ஸ்லேயே உரையாடி முடித்திருந்தாள். துபாயில் பணி என்று ஏற்பாடு ஆகியிருந்தது. ஹோட்டலில்தான் வேலை. ரிஷப்ஷனிஸ்ட் என்று சொன்னாள் அந்த மேடம். அதற்கு நிறைய படித்திருக்கவேண்டும், நன்றாக இங்கிலீஸ் பேச வேண்டும் என்று தயக்கம் இருந்தது மேனகாவுக்கு. நான் உன்னோட ரீல்ஸ் நிறைய பாத்திருக்கேன், உன்னோட இங்கிலீஸ் ரொம்ப பாலீஷா இருக்கு என்று தைரியம் சொன்னாள் அவள்.

“பாலீஷ்னா என்னென்னு தெரியுமா...?”

"இல்ல மேடம். தெரியல...!"

"எல்லாரும் இங்கிலீஷ் பேசுவாங்க, ஆனா அதைப் பேசுறப்போ தப்பு இல்லாம பேசணும்னு கவனமா இருப்பாங்க. அவங்க பேசுறது தப்பு இல்லாமத்தான் இருக்கும். ஆனா பேச்சு இறுக்கமா இருக்கும். உனக்கு அப்படி இல்ல, கொஞ்சம் பாலீஷா இருக்கு. லேசா கொஞ்சுறாப்ல. அப்படித்தான் இருக்கணும். நாம என்ன காலேஜ்ல டீச்சர் வேலைக்கா போறோம், வெறப்பா இருக்கதுக்கு..?"

"ஆமா மேடம்" என்று மேனகா உடனே ஆமோதித்தாள்.

மேனகாவுக்கு காலேஜ் டீச்சர்கள் மீது கடுமையான வெறுப்பு. டீச்சர்கள் என்றில்லை, காலேஜ் மீதே அவளுக்கு வெறுப்பாக இருந்தது. அதுவும் அந்த இங்கிலீஸ் டீச்சர் குந்தாணி, கையைப் பிடித்துக் கிள்ளினாள் என்றால் ரத்தக்கட்டு போவதற்கு ஒரு வாரம் ஆகும். ரத்தம் வராமல் இருப்பதே ஆச்சர்யம்தான். கிள்ளுவதோடு விட்டாலும் பரவாயில்லை, "படிக்கதானடி வர்றீங்க இல்ல எவனையாவது மயக்கணும்னே வர்றீங்களா, எதுக்கு இப்படி தொறந்து போட்டுக்கிட்டு அலையுறீங்க" என்று கத்துவாள். அதுவும் பையன்கள் யாரும் அருகில் இல்லையென்றால், "உனக்கு முலை பெருசாத்தான் இருக்கு, அதை எல்லார்ட்டயும் காட்டித்தான் ஆகனுமா, துப்பட்டாவை இழுத்து மூடிட்டு உக்காருடி நாயே" என்று அடித்தொண்டையில் உறுமுவாள். பொறுக்கமாட்டாமல் ஒருமுறை, செல்வியிடம் புகார் சொல்லி, நீ வந்து கேளு வா என்று கல்லூரிக்கு அழைத்துப் போனாள். செல்வியையும் எத்திவிட்டாள் அந்தக் குந்தாணி. செல்வியின் பன்னிரெண்டாம் வகுப்பு ஈகோ கடுமையாகப் பாதிக்கப்பட்டது. மேனகாவின் அப்பாவையும் அழைத்துக்கொண்டு வரவில்லையென்றால் இதைப் பற்றி உங்களிடம் பேசமாட்டேன் என்று சொன்னாள் அவள். "அவருக்கு நினைச்சப்பல்லாம் துணிக்கடையில் லீவ் தரமாட்டாங்க, அதுவுமில்லாமல் அவர் அவ்வளவு படிச்சவர் இல்லை" என்று செல்விதான் வாயை விட்டாள். அப்படியா, நீங்க என்ன படிச்சிருக்கீங்க என்று அவள் கேட்கவும் செல்வி, தான் பிளஸ் டூ படித்திருப்பதைச் சொல்ல வேண்டியதாயிற்று. அதற்குப் பிறகுதான் அவள் செல்வியை மேலும் நான்கு மிதி மிதித்தாள். செல்வியும் போருக்குத் தயாராகிவிட்டாள். வாம்மா போகலாம் என்று

கெஞ்சி செல்வியை அந்த ரூமிலிருந்து அழைத்து வருவதற்குள் மேனகாவுக்குத் தாவு தீர்ந்து விட்டது.

மேனகா மும்பையை அடைந்துவிட்டாள். சென்னையிலிருந்து ரயிலில்தான் மும்பைக்குச் செல்லவேண்டியிருக்கும் என்று சொல்லப்பட்டிருந்தது. "ஹிந்தி தெரியாதது ஒன்றும் பிரச்சினை இல்லை, உன்னிடம் இருக்கும் இங்கிலீஸ் போதும், அதான் வெள்ளைக்காரி மாதிரி பேசுறியே" என்று சொன்னாள் அந்த மேடம். அவளுடன்தான் மூன்று மாதமாக இன்பாக்சில் பேசிக்கொண்டிருக்கிறாள் மேனகா. அவள் எல்லாச் சிறிய சிறிய தகவல்களையும் மேனகாவிடம் கேட்டுப் பெற்றிருந்தாள். செல்வராஜ் வேலை செய்யும் கடை, அவனது சம்பளம், செல்வியின் டிக்டாக் ஆர்வம், மேனகாவின் தாத்தா மில்லில் வேலை செய்தது, இப்போது அதே மில்லில் வாட்ச் மேனாக இருப்பது, மேனகாவின் கொடுமைக்கார அத்தையுடன் மாமன் தனிக்குடித்தனம் போய்விட்டது என்று எல்லாமே மேடத்துக்குத் தெரியும். "நீ என் மகள் போல அல்லவா? மேடம் என்று அழைக்காதே, அம்மா என்று சொல்!" என்று சொல்லியிருந்தாள். ஆனால் மேனகாவுக்கு அவளை மேடம் என்று அழைப்பதற்கே பிடித்திருந்தது. செல்வி வீட்டில் இல்லாதபோது மேடம் ஒருநாள் மேனகாவை வீடியோ காலில் அழைத்து வீட்டைச் சுற்றிக்காட்டச் சொன்னாள். மேனகாவுக்கு அந்தச் சிறிய வீட்டை வீடியோவில் காட்டுவதற்குக் கூச்சமாக இருந்தது. அவள் வற்புறுத்திக் கேட்டதால் சிறிய கூடம், அதை விட சிறிதான அறை, கொல்லைப்புறம் இருந்த பாத்ரூம், வீட்டின் முன்புறம் இருந்த சிறிய பூந்தோட்டம் எல்லாவற்றையும் காட்டினாள் மேனகா. திரும்பவும் அந்தச் சிறிய அறைக்குள் வந்து புத்தகங்கள் தாறுமாறாக அடுக்கி வைக்கப்பட்டிருந்த அலமாரி, சிறிய ஸ்டூல் கட்டில், ஒலியெழுப்பும் மின்விசிறி போன்ற இடர்பாடுகளை மீறி தனது முகத்தை அழகாகக் காட்ட மெனக்கெட்ட போது, "இந்த ரூம் உன்னமாதிரி ஒருத்திக்கு ரொம்பச் சின்னது. துபாய்க்குப் போய் பணம் சம்பாதிக்க ஆரம்பிச்சிட்டா இதையெல்லாம் ஒரே மாசத்துல மாத்திடலாம்" என்றாள். அதீத மேக்கப்பில் இருந்தாலும், அந்த நொடியில் மேடம் தேவதையாகத் தெரிந்தாள் மேனகாவுக்கு.

சென்னை சென்றதும் மேனகாவை ஒருத்தன் பேருந்து நிலையத்திலேயே வந்து அழைத்துக்கொண்டான். அந்த வீடு புறநகரில் இருந்தது. அறை சுத்தமாகவும், பெரியதாகவும் இருந்தது. வேலை செய்வதற்கு ஒரு முதிய அம்மா இருந்தாள். வேறு சில பெண்களும் இருந்தார்கள். அவர்கள் மேனகாவைக் கண்டதும் முகத்தைத் திருப்பிக் கொண்டார்கள். மேடத்திடம் சொன்னாள். நீ மட்டும்தான் ரிஷப்ஷனிஸ்ட், அவர்கள் வீட்டு வேலை செய்யப் போகிறவர்கள். அவர்களிடம் பேச்சு வைத்துக்கொள்ளாதே. வீட்டு வேலைக்குச் செல்லும் பெண்களிடம் விலகியே இரு, பிறகு அவர்களது பழக்கம் உனக்கும் தொற்றிக்கொள்ளும் என்றாள். அதன் பிறகு அங்கு இருந்த நான்கு நாட்களும், அவர்களாகவே பேச வந்த போதும் கூட அவர்களுக்கு முகம் கொடுக்கவில்லை மேனகா. இரண்டாம் நாள் நள்ளிரவில், அம்மா அப்பாவின் நினைப்பு வந்து அழுத்தியது மேனகாவுக்கு. “எங்க போய்ட போறாங்க, துபாய் போயி நீ பணம் அனுப்புனா, நீ இப்படி சொல்லாம வந்ததை எல்லாம் மறந்துட போறாங்க” என்று மேடம் சமாதானம் சொன்னாள். “மறந்தும் கூட நீ போனில் பேசிவிடாதே” என்று அவள்தான் எச்சரித்தாள். பேசி முடித்ததும் போனை வாங்கி அலமாரியில் வைத்துக்கொண்டான் அவன். வேண்டுமென்றால் அதை எடுத்து அம்மாவுக்குப் பேசியிருக்கலாம்தான். மேனகா தவிர்த்துவிட்டாள். மேடத்திடம் ஒருமுறைக்கு இரண்டுமுறை உறுதிப்படுத்திக்கொண்டுதான், வீட்டிலிருந்து எடுத்து வந்திருந்த நகைகளை அவனிடம் கொடுத்தாள்.

வீட்டு வேலை செய்யப்போகும் பெண்களைப் போல அவள் ஒன்றும் ரயிலில் செல்ல வேண்டிய தேவை இருக்கவில்லை. முதல் முதலாக விமானத்தில் பயணித்தாள் மேனகா. ஆனால் மும்பையில் போய் இறங்கிய பிறகுதான், மேடம் அவசர வேலை நிமித்தம் ஆந்திராவில் இருக்கும் சொந்த கிராமத்துக்குப் போயிருப்பது தெரிந்தது. வருவதற்கு ஒரு வாரம் ஆகும் என்றதும் விசனப்பட்டாள். அந்த வீட்டில் பொறுப்பாளரைப் போல் இருந்த அந்தக் குண்டுப் பெண்மணிக்குத் தமிழ் தெரியவில்லை. மேனகாவிடம் எல்லாவற்றையும் ஹிந்தியிலேயே சொன்னாள். சாப்பிடுவது, தூங்குவது என்பதாகவே பொழுது போனது. ஒரு போனும், கைச் செலவுக்குக் கொஞ்சம் பணமும் கொடுத்திருந்தாள் அந்தக் குண்டுப் பெண். வீட்டிற்குப் பேசினாயா என்று

கேட்டாள்? அந்த ஒரு வாரத்தில் மேனகாவுக்குக் கொஞ்சம் ஹிந்தி புரியத் தொடங்கியது. இல்லை என்று சொல்லவும் நறுக்கென்று தலையில் கொட்டி, பேசு போ... என்ன இருந்தாலும் அவங்க உன்னோட அம்மா அப்பா இல்லையா என்றாள்.

மேனகாவின் குரலைக் கேட்டதும் ஓவென்று அரற்றினாள் செல்வி. செல்வராஜ் அத்தனை இறுக்கமாக இருப்பான் என்று மேனகா எதிர்பார்க்கவில்லை. அவள் யாருடனும் ஓடிப்போகவில்லை, துபாய் வேலைக்காகத்தான் வீட்டைத் துறந்திருக்கிறாள் என்பது அவனுக்கு ஆறுதலாக இருந்தது. ஆனாலும் அவளுடன் பேச மறுத்துவிட்டான். அவனது கவுரவத்தை அவள் குலைத்துவிட்டாள் என்பது அவன் புகார். செல்விதான், நான் அந்தாளுகிட்ட பேசிச் சரி பண்ணிக்கிறேன் நீ உன்ன சரியா பாத்துக்க என்று சொன்னாள். செல்வி இத்தனை சீக்கிரம் சமாதானமாகி விடுவாள் என்பது மேனகாவுக்கே ஆச்சர்யமாக இருந்தது.

அதிருப்திகளில் இருந்து எளிதில் சமாதானமாகிவிடுவது அம்மாவிடம் இருந்துதான் மேனகாவுக்குப் பழகியிருக்க வேண்டும். இரண்டு வாரங்களில் போய் விடலாம் என்று கருதியிருந்தவளுக்கு, துபாய் செல்ல இரண்டு மாதங்களுக்கு மேல் ஆகிவிட்டது. அந்தச் சமயத்தில்தான் அவன் மீது அவள் காதலில் விழுந்தாள். "நீ எனக்கு ஸ்பெஷல், அதனால்தான் நான் பர்சனலாக பேசி உன்னை மட்டும் பிளைட்டில் மும்பை அனுப்புகிறேன்" என்று அவன் சென்னையில் வைத்துச் சொன்னபோதுதான் அவன் மீதான காதலின் முதல் துளி விழுந்திருக்க வேண்டும். அவன் அடுத்த வாரத்தில் மும்பை வந்திருந்தான். அவன்தான் மாலை நேரத்தில் அந்தக் குண்டு பெண்மணி இல்லாத சமயமாகப் பார்த்து, வா வெளியில் போகலாம்... என்று மும்பையை சுற்றிக்காட்டினான். அவளுக்கு பானி பூரி வாங்கித் தந்தான். சினிமாவுக்குக் கூட்டிப் போனான். அவனே கதாநாயகன் போலத்தான் இருந்தான். கொஞ்சிக் கொஞ்சி அவன் பேசும் தமிழ் மேனகாவுக்குப் பிடித்திருந்தது. அது அவள் பேசும் ஆங்கிலம் போலவே இருந்தது. கண்கள் செருக மயங்கிக் கிடந்தவள், அவன் காண்டம் இல்லாமல் பிரவேசித்திருந்தால் கூட இணங்கியிருப்பாள் தான். ஆனால் அவன் நிதானமாக, காண்டம் அணிந்து

கொண்டு அவளுடன் கலவியில் ஈடுபட்டான். அவளுக்கு அதுதான் முதல் முறை என்பது அவனுக்கு ஆச்சர்யமாக இருந்தது. அவள் ரொங்கிக் கிடந்தாள். அன்றைய மாலையில் பீச்சுக்குக் கூட்டிப் போனான். அவளைக் கொண்டு வந்து வீட்டு வாசலில் விட்டுவிட்டு அவன் அகலும்போது நள்ளிரவாகியிருந்தது. குண்டுப் பெண்மணி ஏற இறங்கப் பார்த்துவிட்டு, இவ்வளவு நேரம் ஏன் வெளியில சுத்துற, போய்ப் படு என்று மட்டும் சொன்னாள். அதன் பிறகு அவனைப் பார்க்க முடியவில்லை. அவனது அலைபேசி எண் செயலிழந்து போயிருந்தது. மேனகாவுக்கு அவனைப் பார்க்க வேண்டும் போல இருந்தது. யாரும் அவளுக்குப் பதில் சொல்லவில்லை. அந்தக் குண்டுப் பெண்ணிடமே போய்க் கேட்டாள். பளாரென அறைந்தாள் அவள். அந்த அறைதான் பறந்துகொண்டிருந்த மேனகாவைத் தரைக்குக் கொண்டு வந்தது. விசித்திரமாக அவளுக்கு அழுகை வரவில்லை. ஏனென்றால் அவளுக்கு ஆறுதல் சொல்ல அங்கு யாருமில்லை. தனியே அழுது அவளுக்குப் பழக்கமில்லை. அம்மாவுக்கு போன் செய்து அழவேண்டும் என்று நினைத்தாள். ஆனால் செல்வியின் குரலில் வெளிப்பட்ட குதூகலம் மேனகாவைத் தடுத்துவிட்டது. மேனகாவை விட செல்வி அதிக உயரத்தில் பறந்துகொண்டிருந்தாள். என் மகள் துபாயில் இருக்கிறாள், நீங்கள் எல்லாம் தூற்றியது போல அவள் ஒன்றும் எங்களை அவமானத்தில் தள்ளிவிடவில்லை எனும் பெருமிதம் தந்த குதூகலம் அது. மேனகாவுக்கு ஏமாற்றமாக இருந்தது.

துபாய் போன பிறகுதான் அவள் உத்தேசித்திருந்த ரிஷப்ஷனிஸ்ட் வேலை காலியில்லை, அதனால் பார் மெய்டாக வேலை பார்க்கவேண்டியிருக்கும் என்பது தெரிந்தது. செல்வி ஒருமுறை அரசல் புரசலாகக் கேட்டாள், நீ கவனமாகத்தானே இருக்கிறாய் என்று. மிக உறுதியான குரலில், என்னை யாரும் எதுவும் செய்துவிட முடியாது, நான் ஒன்றும் கற்கண்டு அல்ல கரைந்து போவதற்கு என்று உனக்குத் தெரியாதா என்று கேட்டாள். அந்த பாரில் அவளது பெயர் ஷில்பா. இந்தியர்கள் அதிகம் வருகிற பார். குறிப்பாகத் தென்னிந்தியர்கள். மலையாளிகள் அதிகம். தமிழர்களும், தெலுங்கர்களும் கூட வந்தார்கள். டிக்கெட் செலவு, ஏஜெண்டு கமிஷன் எல்லாம் அடைக்கவே இரண்டு வருடம் ஆகிவிட்டது மேனகாவுக்கு. நடு நடுவே வீட்டிற்குப்

பணம் அனுப்பத் தவறுவதில்லை அவள். வாரம் ஒருமுறை வீடியோ காலில் வீட்டிற்குப் பேசுகிறாள். செல்வியின் முகத்தில் அதீத பூரிப்பு. செல்வராஜுக்கும் மகள் மீதான கோபம் குறைந்துவிட்டது. துணிக்கடையில் அக்கவுண்ட் வேலையை விட, துபாயில் ரிஷப்ஷனிஸ்ட் வேலை ஒசத்தி என்று அவனுக்குப் புரிந்துவிட்டது.

மஞ்சள் கோட்டில் நின்று கஸ்டமர்களிடம் பேசுவதில் மேனகா கைதேர்ந்துவிட்டாள். வருபவர்களை இந்த அளவுக்குக் குடிக்கவைக்க வேண்டும், இத்தனை தினார்கள் பில் வர வைக்க வேண்டும் என்று இலக்கு இருந்தது. “கொஞ்சம் மெனக்கெட்டால் உன்னைப் படுக்க வைத்துவிடலாம் என்று கஸ்டமர் நினைப்பான், அவன் அப்படி நினைப்பது மாதிரிதான் நீயும் அவனிடம் நடந்துகொள்ள வேண்டும், இல்லை, இவளை மடக்க முடியாது என்று நினைத்துவிட்டால் அவன் இந்த பாருக்கு வரமாட்டான், நீ உன்னுடைய இலக்கை எட்ட முடியாது” என்று சொல்லியிருந்தாள் அந்த சூப்பர்வைஸர். ஷில்பாவுக்குத் தொழில் நேக்கு பிடிபட்டுவிட்டது. எத்தனை தூரம் ரவிக்கையை இறக்கிக் கட்டவேண்டும், எவ்வளவு தூரம் புடவையை நெகிழ்த்த வேண்டும் என்று இப்போது அவளுக்குத் தெரியும். போதையில் இருப்பது போல நடித்து முலையைப் பற்றுபவனை நாசூக்காக தவிர்க்கத் தெரியும். அவன் மீது எரிச்சல் காட்டாமல் விலகிப் போகத் தெரியும். அவன் எவ்வளவு சல்லித்தனம் செய்தாலும், அவனிடம் சிரித்துக்கொண்டே அவனைக் குடிக்க வைக்க அவளால் முடியும். அவன் எல்லை மீறிப் போக யத்தனிக்கையில், பாரின் மூலையில் இருக்கும் பவுன்ஸருக்கு வெறும் கண் அசைவைக் கொண்டே சைகை காண்பிக்க முடியும். தனக்கு வரும் டிப்ஸில் கொஞ்சம் தனியாக எடுத்து அந்த பவுன்ஸருக்குக் கொடுத்து அவனைத் தனக்கும் தற்காலிகமாக பாதுகாவலனாக்கிக்கொள்ள முடியும். அவன் எப்போதாவது தன்னுடன் படுக்கவேண்டும் என்று நினைத்தால், அந்த பவுன்ஸர் வேலையில் அசமந்தமாக இருக்கிறான், கொஞ்சம் எச்சரித்து வை என்று சூப்பர்வைஸரிடம் புகார் தெரிவித்து அவனை விலக்கி வைக்க முடியும். எல்லாவற்றையும் விட பாருக்குள் வரும் ஒருவனைப் பார்த்த மாத்திரத்தில் அவன் எப்படிப்பட்டவன் என்று அவளால் சொல்லிவிட முடியும். எவ்வளவு குடிப்பான் என்று அனுமானிக்க முடியும்.

கொஞ்சம் கொஞ்சமாக அவள் மனதிலிருந்த ஆண்களின் சித்திரம் மங்கிப் போய் அவர்கள் அனைவரும் கஸ்டமர்களாக உருமாற்றம் அடைந்துவிட்டார்கள். மிக அந்தரங்கமாக, ஆண்களின் மீது தனக்கிருந்த வசீகரத்துக்கும் தனது ரீல்ஸ் போடும் ஆர்வத்திற்கும் தொடர்பு இருந்திருக்கிறது என்று நினைத்தாள். அந்த வசீகரம் வெளிறிப்போனதே தன் வாழ்வின் மிகப்பெரிய இழப்பென்றும், அதை ஒப்பிட மும்பையில் வைத்துத் தன்னை இழந்தது ஒன்றுமே இல்லையென்றும் அவளுக்குத் தோன்றியது. அது அவளை ஆழ்ந்த விசனத்துக்குள்ளாக்கியது. நீ ஏன் மேனகா இப்போல்லாம் ரீல்ஸ் போடுறதே இல்லை, அவ்வளவு நிறைய வேலை இருக்கா உனக்கு என்று செல்வி குழந்தையைப் போல கேட்கிறாள். மேனகாவுக்கு நன்றாகத் தூங்கி எழுந்தால் போதுமென்று இருக்கிறது. இதோ பார் என்னுடைய புதிய ரீல் என்று செல்வி ஒரு ஒளித்துணுக்கை அனுப்பியிருந்தாள். மேனகா அந்த வீடியோவைப் பார்க்காமலேயே நிறைய முத்த ஸ்மைலிகளைப் பறக்கவிட்டாள்.

◉

ஐஸ்பாய் சிறுவனும் அவன் அப்பனும்

தினேஷுக்கு அத்தனை வலி இருக்காது என்று நினைத்தது பொய்யாகிவிட்டது. ஆறாம் வகுப்புதான் படிக்கிறான் என்றாலும் இவனுக்கு மீசை இருக்கவேண்டிய இடத்தில் பனி படர்ந்திருப்பது போல தோலின் மீது கொஞ்சம் மினுமினுப்பு மூடியிருப்பதால் மீசை அரும்புவது போல இருக்கிறது. பனி வெளுப்பாக இருக்கும், இது கொஞ்சம் கறுப்பாக இருந்தது. பள்ளிக்கூடம் விட்டு வெளியில் வந்தவன் துள்ளிக்கொண்டு ஓடுகையில் பள்ளி வாசலிலேயே கால் தடுக்கிக் கீழே விழுந்துவிட்டான். வலது முட்டியிலும் இடது புருவத்திலும் அடிபட்டுவிட்டது. முட்டியில் நன்கு நீளமான சிராய்ப்பு. இமையில் சதை பிய்ந்து போனதால் நிறைய ரத்தம் கொட்டிவிட்டது. இவன் எழுந்த வேகத்தில் அதைத் துடைக்க முயன்றதில், முகமெங்கும் ரத்தமாகி எந்த இடத்தில் அடிபட்டது என்றே தெரியாமல் ஆகிவிட்டிருக்கிறது. குழந்தைகள் பள்ளியை விட்டு வெளியேறும் போது ஒருத்தரை ஒருத்தர் இடித்துக்கொள்ளாமல் வெளியேறுகிறார்களா, விழுந்து விடாமல் தமது சைக்கிள்களை எடுத்துக்கொள்கிறார்களா என்பதைக் கண்காணிப்பதற்காகப் பணிக்கப்பட்டிருந்த டீச்சர்களில் ஒருத்தி பதறிவிட்டாள். அது ஏதோ அவளது தவறு போல மீண்டும் மீண்டும்

என்னிடம் ஸாரி கேட்டுக்கொண்டே இருந்தாள். நான்தான் அவளுக்கு ஆறுதல் சொல்லும் விதமாக, அதற்கு நீங்கள் என்ன செய்வீர்கள் பாவம், குழந்தைகள் என்றால் அப்படித்தான் ஓடும் சாடும், அவை விழுவதும் காயம் படுவதும் சகஜம்தானே என்று சொன்னேன். என்னதான் நான் தினேஷுக்கு அப்பனாக இருந்தாலும் அந்த டீச்சர் பதட்டப்படுவதைக் காண எனக்கு ஒப்பவில்லை. அருகிலிருந்த சுந்தரி இதைக் கேட்டதும் பத்ரகாளியாகி விட்டாள். சுந்தரிதான் என் பொண்டாட்டி. அவளுக்குப் பத்ரகாளி என்றே பெயர் வைத்திருக்கலாம். குணத்தில் பத்ரகாளியாக இருந்தாலும், அழகில் சுந்தரியாக இருந்ததால் அந்தப் பெயரை வைத்திருந்தார் அவள் அப்பா குமரவேல் கொத்தனார்.

சுந்தரிதான் என்னை போனில் அழைத்து உடனே பள்ளிக்கூடத்துக்கு வாருங்கள் என்று கண்ணீருடன் கோரினாள். அவள் கண்ணீரும் கம்பலையுமாக அழைக்கிறாள் என்பதற்காக நானொன்றும் பதறவில்லை. தினேஷ் யாரையாவது கடித்து வைத்திருப்பான் அல்லது காம்பஸால் குத்தியிருப்பான், அந்தப் புகாராகத்தான் இருக்கும் என்றே நினைத்தேன். அப்படி ஏதாவது கோக்குமாக்கான புகார் என்றால் மட்டும்தான் சுந்தரி என்னுடைய உதவியை நாடுவாள். மற்றபடி இவன் நல்ல மார்க் வாங்கியிருக்கிறான், போட்டியில் ஜெயித்துவிட்டான் என்றால் அவள் தனியாகவே பள்ளிக்குச் செல்ல ஆர்வப்படுவாள். தினேஷ் கல்லுளிமங்கன். இதுவரை அப்படி ஒரு வாய்ப்பைத் தன் அம்மாவுக்கு அவன் வழங்கவில்லை.

முகமெல்லாம் ரத்தம் என்று சுந்தரி விலாவாரியாக அந்தக் காயத்தை வருணித்துக்கொண்டிருக்கையில் நான்கு முறைக்கு மேல் நான் குறுக்கிட்டு என்ன ஆச்சு, என்னதான் ஆச்சு என்று கேட்கும்படி ஆகிவிட்டது. பிறகு ஒரு வழியாக, இவன் சைக்கிள் எடுக்க வரும்போது பள்ளி வளாகத்துக்குள்ளேயே தடுக்கி விழுந்து காயம் பட்டுவிட்டான் என்பதைப் புரிந்துகொண்டேன். பிறகென்ன என் மகன் போருக்குப் போய் நெஞ்சில் அம்பு வாங்குகிறவனா? சைக்கிள் எடுக்கும்போது தடுக்கி விழுந்தால்தான் உண்டு. நான் தடுக்கி விழாமல் என்னுடைய சைக்கிளை எடுத்துக்கொண்டு பள்ளியை அடைந்தபோது, சுந்தரி அந்தப் பொறுப்பாளர் பெண்மணியை டோஸ் விட்டுக்கொண்டிருந்தாள். அந்தப்

பெண்மணியோ நடுங்கியபடியே சுந்தரிக்கு சமாதானம் சொல்லிக்கொண்டிருந்தாள். அதில் குண்டாக நல்ல வட்டமான புட்டத்துடன் இருந்தவள் தலைமை ஆசிரியை என்றும், கழுத்தில் பெரிய தாலி செயின் அணிந்திருந்தவள் தினேஷின் வகுப்பு ஆசிரியை என்றும், மெல்லிய இடுப்புடன் வசீகரமான முகத்துடன் உயரமாக இருந்தவள் எட்டாம் வகுப்பு ஆசிரியைகளில் ஒருத்தி என்றும் கவனித்து அறிந்துகொண்ட பிறகுதான், தினேஷுக்கு எங்கு காயம் பட்டிருக்கிறது என்பதைத் தெரிந்துகொண்டேன். அப்போதுதான் அந்தப் பொறுப்பாளர் பெண்மணியும் டீச்சர் என்பது தெரிந்தது. சுழற்சி முறையில், ஒவ்வொரு நாளும் ஒவ்வொரு டீச்சருக்கு இந்த ஒழுங்குபடுத்தும் டியூட்டி.

வேலை செய்யும் இடத்தில் இருந்து நான் கிளம்பும்போது, இதுவொன்றும் பெரிய விஷயமாக இருக்காது என்று என் மனதில் பதிந்து போயிருந்ததால், சைக்கிளை நிறுத்திய பிறகு மெல்ல புட்டம், மார்பு என்று டீச்சர்களை ஆராய்ந்துவிட்டே நான் காயம் பட்ட பகுதியை அடைந்தேன். அங்கு நின்றுகொண்டிருந்த எல்லோரையும் விட சுந்தரிதான் அழகி என்கிற பெருமிதம் நிலைப்பதற்குள், அதை நானே கெடுத்துக்கொண்டேன். என்னை கடித்துக் குதறிவிட்டாள். அவள் திட்டுவாள் என்பதற்காக நான் அந்த டீச்சரிடம் கடுமையாக நடந்துகொள்ள முடியுமா? சற்று நேரம் கழிந்ததும்தான் எனக்கு அந்தச் சூழல் உறைத்தது. இப்போது தினேஷை ஆஸ்பத்திரிக்கு அழைத்துப் போகவேண்டும். அந்தத் தலைமை ஆசிரியை சுந்தரியுடன் சேர்ந்து, பொறுப்பாளராக இருந்த டீச்சரையும் சென்று வரச் சொன்னாள். அப்படிப் போனால்தான் அடுத்த முறை குழந்தைகளை இன்னும் கவனமாகப் பார்த்துக்கொள்ள வேண்டும் என்ற பொறுப்பு உனக்கு வரும் என்று இரைந்தாள். அவளுக்குப் பொறுப்பைப் பயிற்றுவிக்கவேண்டும் என்பதை விட, அந்த நேரத்தில் சுந்தரியின் கூச்சலைக் கட்டுப்படுத்த வேண்டிய நெருக்கடி அவளுக்கு இருந்ததை நான் புரிந்துகொண்டேன்.

நான் படித்த காலத்தில், வாத்தியாரின் கோபத்தைக் கட்டுப்படுத்துவதற்கு அப்பாதான் வாத்தியாரின் முன்னே வைத்து என்னை அடிப்பார். சரி, சரி பையனை அப்படி அடிக்காதீங்க, ஒன்னு கெடக்க ஒன்னு ஆகிடப் போகுது என்று வாத்தியார் குறுக்கே விழுந்து என்னை மன்னித்து

விடுவார். இப்போது நிலைமை தலைகீழாக மாறியிருக்கிறது. கான்வென்டின் மொத்த ஆசிரியைகளும் அடிபட்ட பையனைச் சுற்றி நின்றுகொண்டு பெற்றோரின் காலில் விழுகிறார்கள். இந்த கவனிப்பிற்காகத்தான், அரசுப் பள்ளிக்கூடம் வேண்டாம், கான்வென்டில் சேர்த்தாலே ஆச்சு என்று சுந்தரி அடம்பிடித்தாள் போல. நான் ஒவ்வொரு வருஷமும் என் முதலாளி கையில் காலில் விழுந்து பணம் வாங்கி வந்து ஃபீஸ் கட்டிக்கொண்டிருக்கிறேன். சுந்தரி என்னவோ முதல்போட்டவள் போல பள்ளியில் ஜம்பம் அடித்துக்கொண்டிருக்கிறாள்.

அந்த பொறுப்பாளினி டீச்சர் என்னைத் தனியாக அழைத்துக் கண்ணைக் கசக்கினாள். இவர்களுக்கு எப்படியோ என்னைப் பற்றிச் சரியாகத் தெரிந்துவிடுகிறது. இவன் கொஞ்சம் கேனையன், இவன் பொண்டாட்டிதான் ராட்சஷி என்று உடனே கண்டுபிடித்து விடுகிறார்கள். அவளுக்கு ஆஸ்பத்திரி வரை வரமுடியதாம். அவளது பிள்ளைகள் பள்ளியிலிருந்து வந்துவிடுவார்களாம். பக்கத்து வீட்டில் சாவியைக் கொடுத்துவிட்டு வர முடியாதாம். இரண்டாவது பையன் பயங்கர வாலாம். இப்படித்தான் போன மாதம் சீனி டப்பாவை எடுக்கப் போய் கேஸ் சிலிண்டரின் மீது ஏறி வழுக்கி விழுந்ததில் ஒரு பல்லை இழந்துவிட்டானாம். இப்போது தினேஷுக்கு வந்ததை விட அதிக ரத்த சேதாரமாம். இத்தனைக் கதையையும் அவள் எப்படி முப்பது வினாடிகளில் சொல்லி முடித்தாள் என்பது எனக்கு இப்போதும் விலகாத ஆச்சரியமாக இருக்கிறது. அவள் இந்த வேகத்தில் பாடம் சொல்லிக்கொடுத்தால், என் மகன் ஐன்ஸடீன் ஆவதை யாராலும் தடுக்க முடியாது என்றே அப்போது தோன்றியது.

இறுதியில் என்னுடைய சைக்கிளின் பின்சீட்டில் உட்காரவைத்து என் மகனை ஆஸ்பத்திரிக்கு அழைத்துச் செல்வது என்று முடிவானது. அந்தத் தலைமை ஆசிரியை, இதை வைத்துக்கொள்ளுங்கள் என்று கொஞ்சம் பணம் கொடுத்தாள். நான் அதை வாங்கிக்கொள்ள மறுத்துவிட்டேன். அப்போது சுந்தரி, தினேஷின் சைக்கிளை எடுத்து அதன் கேரியரில் அவனது புத்தகப் பையை வைத்துக்கொண்டிருந்தாள். நாங்கள் விவாதித்துக்கொண்டிருந்த இவ்வளவு நேரமும் அந்த புத்தகப்பை தனியாக அலங்கோலமாகத்தான் கிடந்தது.

தினேஷ் உட்பட யாரும் அதில் கவனம் செலுத்தவில்லை. ஆனால் சுந்தரி அவள் பணம் தருகிறாள் என்பதைக் கவனித்துவிட்டாள். அதை நான் வாங்க மறுக்கிறேன் என்பதை அதைவிட சடுதியில் யூகித்துவிட்டாள். வேக வேகமாக என்னை நோக்கி வந்தவள், தினேஷை என் சைக்கிளில் ஏற்றி அனுப்பி வைத்துவிட்டு, அந்தப் பணத்தை அவளிடமிருந்து பறித்துக்கொண்டு, மகனின் குட்டி சைக்கிளை மிதித்துக்கொண்டு என்னுடன் வந்து சேர்ந்துகொள்ளும்போது, எங்களுக்கும் ஆஸ்பத்திரிக்கும் அரை கிலோமீட்டர் தூரம்தான் இருந்தது.

இப்போதெல்லாம் அரசு ஆஸ்பத்திரியிலேயே நன்றாக வைத்தியம் பார்க்கிறார்கள் என்று நான்தான் அவளை சமாதானப்படுத்தி இந்த ஆஸ்பத்திரிக்கு அழைத்து வந்தேன். சின்ன சிராய்ப்பு தானே என்று நான் அவளிடம் சொன்னபோது, இல்லப்பா ரொம்ப வலிக்குது என்று தினேஷ் முனகினான். இவனே வலிக்கிறது என்று சொன்னால் அது பெரிய காயமாகத்தான் இருக்கவேண்டும். பரிசோதித்த டாக்டரும் அதைத்தான் சொன்னார். முட்டியில் இருக்கும் காயம் வெறும் சிராய்ப்புதான். ஆனால் இமையில்தான் தோல் சற்று ஆழமாகப் பிய்ந்திருக்கிறது, அதற்குத் தையல் போடவேண்டும் என்று சொல்லிவிட்டார். இவனது முகத்தில் டார்ச் அடித்துக் காட்டும்போதுதான் முகமும் நன்றாக வீங்கிவிட்டிருப்பது தெரிந்தது. எனக்குக் காயத்தைப் பார்ப்பதற்கு மனம் ஒப்பவில்லை. என் மகனுக்கு என்றில்லை, யாருக்கு அடிபட்டாலும் என்னால் காயத்தைப் பார்க்க முடியாது. ரத்தத்தைப் பார்த்தால் தலை கிறு கிறுவென்று ஆகிவிடும். சுந்தரிதான் இன்னொரு டாக்டராக மாறி காயத்தை ஆராய்ந்தாள். நீங்க கொஞ்சம் தள்ளுங்கம்மா நான் பாத்துக்குறேன் என்று டாக்டர் கடுமை காட்டவும்தான் விலகினாள்.

வலி தெரியாமல் இருக்க ஒரு சிறிய ஊசியைக் குத்தி மரத்துப்போகச் செய்து, நான்கு தையல் போட்டு அவர்கள் பத்திரமாக இவனை அழைத்துக் கொண்டுவந்து இந்த பெட்டில் படுக்க வைக்கும்போது மணி எட்டாகிவிட்டது. எவ்வளவு சொல்லியும் கேட்காமல், இவனுக்குக் கஞ்சி வைத்து எடுத்து வருவதற்காக சுந்தரி வீட்டுக்குப் போயிருக்கிறாள். ஆனால் அந்த நர்ஸ், உடனே இவனுக்கு எதாவது சாப்பிடக்

கொடுங்கள், இல்லையென்றால் இந்த மாத்திரை தலை சுற்றவைக்கும் என்று சொல்லிக்கொண்டே மாத்திரையை என்னிடம் கொடுத்தாள். இதை எப்போது தரவேண்டும் என்று கேட்டதற்கு உடனே தரவேண்டும் என்று சொன்னாள். சரி ஆஸ்பத்திரிக்கு வெளியில் இருக்கும் ஹோட்டலில் போய் எதாவது வாங்கி வரலாம் என்று நினைத்து தினேஷிடம், என்னடா வேணும் என்று கேட்டேன். பரோட்டாவும் கலக்கியும் வேண்டும் என்று கேட்டான். அதெல்லாம் இப்போ திங்கக் கூடாது என்று அதட்டும் தொனியில் எச்சரித்தாள் அந்த நர்ஸ். நான்கு கட்டிலுக்கு அப்பால் நிற்கும் இந்தக் குந்தாணிக்கு எப்படி தினேஷ் முனகலாகப் பரோட்டா கேட்டது காதில் விழுந்தது என்று நான் அதிர்ச்சியடைந்தேன். அதே அதிர்ச்சிதான் தினேஷுக்கும் இருந்திருக்க வேண்டும். இல்லையென்றால் சுந்தரி இங்கு இல்லாததைப் பயன்படுத்தி பரோட்டாதான் வேண்டும் என்று அடம் பிடித்திருப்பான். எனக்குத்தான் மனசு கேட்கவில்லை. பரோட்டா காலையில் வாங்கித் தருகிறேன், இப்போது பன்னும் பாலும் வாங்கி வருகிறேன் சாப்பிடு என்று குனிந்து காதில் சொன்னேன். சமாதானமாகி விட்டான். போகிற வழியில் அந்த நர்ஸிடம், உங்களுக்கு எதும் வாங்கிட்டு வரவா என்று கேட்டேன். எதுக்கு, எனக்கு அதெல்லாம் ஒன்னும் வேணாம் என்று கடுமையான தொனியில் பதில் சொன்னாள். எனக்கு அவளது ஆத்திரமடையும் குரலைக் கேட்டதும் அவள் மீது சபலம் வந்தது. இவளுக்கும் பெரிய குண்டிதான் என்று மனதிற்குள் குறித்துக்கொண்டேன். அவளது கால்கள் வலுவானவையாக இருந்தன. அந்த வெள்ளை நிற சாக்ஸை முட்டி வரை மட்டும் அணிந்திருக்கிறாளா அல்லது தொடை வரை போட்டிருக்கிறாளா என்று தெரியாத வண்ணம் அவளது பாவாடை மறைத்துக்கொண்டிருந்தது. கொண்டையைச் சுற்றி வெள்ளை நிறக் கொசுவலைத் துணி வேறு. நான் அவளைக் கடந்து செல்லும் வரை அவள் என்னைப் பார்வையாலேயே பின் தொடர்ந்தாள். அதனால் அவளது மற்ற லட்சணங்களைக் குறிப்பெடுக்க முடியவில்லை. அவளுக்குக் குரலாவது கொஞ்சம் சாந்தமாக இருந்திருக்கலாம் என்று விசனப்பட்டேன். அதுவும் சுந்தரி போலவே இருக்கிறது. அதனால்தான் அவள் மீது வசீகரம் கூடுகிறதோ?

குழந்தை தளர்ந்து போய்விட்டான். நிமிர்த்தி உட்கார வைத்து, வாங்கி வந்திருந்த பன்னை பாலில் நனைத்து ஊட்டிவிட்டேன். அந்த சூடு இதமாக இருந்திருக்கவேண்டும். இரண்டு பன்னையும் வேக வேகமாகச் சாப்பிட்டான். இரண்டாவது பன்னுக்குப் பால் போதவில்லை. நல்ல பசியில் இருந்திருக்கிறான். மதியம் சாப்பிட்டதுதானே அவனும் என்ன செய்வான்? அந்த நர்ஸ் கொடுத்திருந்த இரண்டு பெரிய பெரிய மாத்திரைகளையும் விழுங்க வைத்து மீண்டும் படுக்க வைத்தேன். சற்று நேரத்தில் தூங்கிப் போய்விட்டான். நான் அதே கட்டிலில் நன்றாகச் சாய்ந்து உட்கார்ந்துகொண்டேன்.

அந்த வார்டில் பக்கத்துக்கு ஐந்து கட்டில்களாக பத்துக் கட்டில்கள் கிடந்தன. வலது புற வரிசையில் எங்களுடையது தான் கடைசிக் கட்டில். எங்களுக்கு நேர் எதிரே இருந்த வரிசையின் கடைசிக் கட்டிலில் ஒரு பெண் குழந்தை காலில் பெரிய கட்டுடன் படுத்திருந்தாள். இப்போதுதான் நான் அவளைக் கவனிக்கிறேன். அவளை மட்டுமல்ல, அந்தச் சூழலையே இப்போதுதான் கவனிக்கிறேன். பஸ் ஸ்டாண்டில் பஸ்ஸுக்குக் காத்திருப்பது போல குணமாவதற்காக நிறைய பேர் காத்திருந்தார்கள். அந்தக் குழந்தைக்கு தொடையில் தொடங்கிய கட்டு பாதம் வரை நீண்டிருந்தது. அந்தக் கட்டிலின் இன்னொரு முனையில் சுந்தரி வயதையொத்த ஒருத்தி உட்கார்ந்திருப்பதே தெரியாத மாதிரி ஒடுங்கி உட்கார்ந்திருந்தாள். அவள் குழந்தையின் அம்மாவாக இருக்கவேண்டும். நான் கவனிக்கவும் என்னைப் பார்த்து மெலிதாகப் புன்னகைத்தாள். அவளுக்குப் பக்கத்தில்தான் சன்னல் இருந்தது. சன்னல் கிரிலில் ஒரு மஞ்சள் பை தொங்கிக் கொண்டிருந்தது. அவளுக்கு அருகில் ஒரு ஃபிளாஸ்க்கும் இரண்டு டம்ளர்களும் இருந்தன. ஒரு பருத்தித் துண்டும், அதன் மீது ஒரு சில்வர் தட்டும் இருந்தது.

என்ன ஆச்சு என்று என்னிடம் கேட்டாள்.

பள்ளிக்கூடம் விட்டு வரும்போது கீழ விழுந்துட்டான். சின்ன காயம்தான். தையல் போட்ருக்காங்க!

ஓ அப்படியா, சீக்கிரம் குணமாயிடும். சங்கடப்படாதீங்க!

உங்க மகளா?

ஆமாம்!

என்ன ஆச்சு?

ஸ்கூல் ஆட்டோ கவுந்து விபத்தாயிடுச்சு. தொடையில் ஃபிராக்ஸர்.

பெரிய காயம்தான் அப்போ?

ஆமாம்!

அவள் ஃபிராக்ஸர் என்று சொன்னது ஸ்டைலாக இருந்தது. படித்தவளாக இருக்கவேண்டும்.

நான் தினேஷின் தலைமாட்டில் உட்கார்ந்தபடியே பக்கத்துப் படுக்கைகளில் யார் யார் இருக்கிறார்கள் என்று பார்வையை ஓட்டினேன். முதியவர்கள், மத்திய வயதுப் பெண்கள் என்று எல்லாப் படுக்கைகளிலும் ஆட்கள் இருந்தார்கள். ஒரு கட்டிலில் யார் நோயாளி, யார் பார்க்க வந்தவர் என்று தெரியாதபடிக்கு ஆட்கள் கூட்டமாகக் குந்தியிருந்தார்கள். மூன்றாவது கட்டிலுக்குப் பக்கத்தில் ஒருத்தி தரையில் பாயை விரித்துப் படுத்திருந்தாள். குழந்தை அவளது ஒரு பக்க முலையைக் கையால் பற்றியபடி சப்பிக்கொண்டிருந்தது. அவள் ஃபோனில் யாரிடமோ பேசிக்கொண்டிருந்தாள். அந்த முலை யாருடையதோ போல, அவளுக்கும் அதற்கும் தொடர்பில்லாதது போல இருந்த அவளது சுபாவம் எனக்குப் பிடித்திருந்தது. இருந்த இடத்திலிருந்தே ஒரு ரவுண்டு எல்லோரையும் பார்த்து முடித்துவிட்டு, தன் மகளுக்குப் பணிவிடை செய்துகொண்டிருப்பவளைப் பார்த்து புன்னகைத்துவிட்டு என் மகனிடம் வந்து சேர்ந்தேன்.

தினேஷ் முனகினான். கழுத்தில் தொட்டுப் பார்த்தேன். சூடாக இருந்தது. சிறிய காயம் என்றுதானே நினைத்தோம், ஏன் இப்படி ஜுரம் அடிக்கிறது என்று குழப்பமாக இருந்தது. ஒரு துணி இருந்தால் அவனுக்குப் போர்த்திவிடலாம். சுந்தரி இன்னும் வரவில்லை. கட்டிலில் கிடந்த விரிப்பையே எடுத்து அவனது கால்களின் மீது போர்த்திவிட்டேன். பாதிக் கால்கள் வெளியே தெரிந்தாலும் அது கொஞ்சம் ஆசுவாசமாக இருந்திருக்க வேண்டும்.

ஜுரம் அடிக்குதா என்று கேட்டுக்கொண்டே அவள் எழுந்து வந்து தினேஷைத் தொட்டுப் பார்த்தாள். ஆமாம் ஜுரம்

தான் அடிக்குது, மாத்திரை கொடுத்திருக்காங்கல்ல, அது கொஞ்சம் உஷ்ணத்தைக் கூட்டி அப்புறம்தான் குறைக்கும், ஒன்னும் பயப்பட வேண்டாம் என்று சொன்னாள்.

நான் பயப்படவில்லை என்று அவளிடம் சொல்லவில்லை. பதிலுக்கு, உங்கள் குழந்தைக்கு என்ன, அவளுக்கும் விரைவில் குணமாகிவிடும் என்று சொல்லவேண்டுமோ என்று யோசித்தேன். சிறிய குழந்தை அவள், எத்தனைப் பெரிய காயமாக இருந்தாலும் உடனே ஆறிவிடும். அதை பூதாகரமாக்கி குழந்தையை பயமுறுத்தாமல் இருந்தால் போதும் என்று தோன்றியது. ஆறுதல் சொல்வதை விடுத்து அவளை ஆராயத் தலைப்பட்டேன். அவள் நல்ல உயரமாக இருந்தாள். தலை கொஞ்சமாகக் கலைந்திருந்தது. அதனால் பறக்கும் முடிக்கற்றைகளைக் கையால் எடுத்து காது ஓரங்களில் சொருகி விட்டிருந்தாள். அது அவ்வப்போது ஃபேன் காற்றுக்கு அலைந்துகொண்டிருந்தது. கூரான நாசி. மெல்லிய பள்ளம் கொண்ட மோவாய். அவள் அழகாக இருந்தாள். அவள் அழகைக் கண்டதும், காலில் பெரிய கட்டுடன் கிடக்கும் அந்தக் குழந்தையின் முகத்தைப் பார்க்கவேண்டும் போல் ஆவலாக இருந்தது. அருகில் போய் பார்த்தேன். அம்மா அளவுக்கு இல்லாவிட்டாலும் அதுவும் அழகாகத்தான் இருந்தது. கால் முறிந்திருப்பது போல அல்லாமல், வீட்டுப் பாடத்தை முடித்துவிட்டு அயர்ந்து படுத்திருப்பது போல உறங்கிக்கொண்டிருந்தது. துறுதுறுப்பான குழந்தையாக இருக்கவேண்டும். அது படுத்திருந்த விதத்தில் பெண் குழந்தைக்கே உரிய நளினம் வெளிப்பட்டது. அவள் குழந்தையின் நெற்றியைத் தடவிக்கொடுத்தாள். இன்னொரு முறை என்னைப் பார்த்துப் புன்னகைத்தாள். நான் மீண்டும் வந்து தினேஷுக்கு அருகில் அமர்ந்துகொண்டேன்.

தினேஷ் அவ்வப்போது புரண்டு படுக்க முயல்வதும், பிறகு அவனாகவே சுதாரித்து மல்லாக்கப் படுத்துக்கொள்வதுமாக இருந்தான். எனக்கு அங்கு உட்கார்ந்திருக்கப் போரடித்தது. எழுந்து வார்டின் வாயில் வரை போய்விட்டுத் திரும்ப வந்தேன். மத்திம வயதில் கெச்சலாக இருந்த ஒருவன், உடம்பு முழுக்கக் காயத்துடன் சத்தமாக முனகிக்கொண்டிருந்தான். அந்த நர்ஸ் அவனது மனைவியிடம் ஏதோ விசாரித்துக்கொண்டே அவனுக்கு ஊசி போட்டுக்கொண்டிருந்தாள். பொண்டாட்டியானவள்

நர்ஸிடம் பயந்து பயந்து ஏதோ விளக்கினாள். நான் அடுத்த கட்டிலின் முனையில் நின்றபடி அந்த உரையாடலைக் கவனித்தேன். முதல் நாளிரவு அவன் குடித்துவிட்டு எங்கோ விழுந்து அடிபட்டிருக்கிறான். ஒரு மாதத்திற்குள் இது இரண்டாவது முறை என்று நர்ஸ் உறுமினாள். குறைந்த இடைவெளி. அதனால்தான் நர்ஸுக்கு அவனை நினைவில் இருக்கிறது. எனக்கும் ஆஸ்பத்திரிக்கு வருவது இது இரண்டாவது முறைதான். நான்கு வருடங்களுக்கு முன்பு இதே மாதிரி தினேஷைக் கொண்டுவந்து ஒரு நாள் முழுக்க ஆஸ்பத்திரியில் வைத்திருந்தது நினைவுக்கு வந்தது.

இவனைத் தேள் கடித்துவிட்டது. தேள் கொட்டிவிட்டது என்றுதான் சுந்தரி ஊரைக் கூட்டினாள். ஆனால் நான்தான் அது கொட்டியிருக்காது, கடித்திருக்கும் என்று சொன்னேன். அதுவொரு சிறிய வெண்ணிறத் தேளாக இருந்தது. எனக்கு அந்தத் தேளை, தேள் குஞ்சு என்று சொல்லவேண்டுமா அல்லது தேள் குட்டி என்று சொல்லவேண்டுமா என்று குழப்பமாக இருந்தது. அதன் வயதா முக்கியம், அது தேள் என்பதுதானே முக்கியம் என்பதால் குட்டித் தேள் என்பதில் செட்டிலாகி விட்டேன். அது தினேஷைக் கடித்த இடம் வேறு ஏடாகூடமாக இருந்துவிட்டது. பக்கத்து வீட்டு மணிகண்டனுடன் சேர்ந்து ஐஸ் பாய் விளையாடுகிறேன் என்று போனவன் அவன் வீட்டுக் குதிர் இடுக்கில் போய் ஒளிந்துகொண்டிருந்திருக்கிறான். உட்கார்ந்திருப்பது போலவும் இல்லாமல், நிற்பது போலவும் அல்லாமல் இவன் நடுவாந்திரமாக ஒரு போஸில் இருக்க, வளரும் பையன்தானே என்று நான் தைத்துக்கொடுத்திருந்த காற்சட்டை, பாவாடை போல பறந்து விரிந்திருக்க, அந்தக் குட்டித் தேள் எளிதாக உள்ளே நுழைந்துவிட்டது.

இவன் பூச்சி கடிச்சிருச்சு என்று அலறிக்கொண்டே ஓடி வரவும், எதாவது பூச்சிதான் கையில் காலில் கடித்திருக்கும் என்று நான் நினைத்தேன். அது குஞ்சில் கடித்திருக்கிறது என்று தெரிந்தபோது என்னைப் போலவே மணிகண்டன் அம்மாவுக்கும் அதிர்ச்சியாக இருந்தது. என் பாட்டி சக்கர சக்கர என்று இவனது குஞ்சைப் பிடித்துக் கொஞ்சுவது வழக்கமாக இருந்ததால் இவனுக்கு சக்கர என்ற வார்த்தை நன்கு பழகியிருந்தது. சக்கர - பூச்சி, சக்கர - பூச்சி என்று சொல்லியபடி அழுதான். சுந்தரி அவள் பங்குக்கு அழுது

ஒப்பாரி வைத்து தினேஷின் சக்கரையை ஊரே பார்க்கும்படி செய்துவிட்டாள். அப்போது தினேஷ் இரண்டாம் வகுப்புதான் என்றாலும், அழுகையினூடே வெட்கமாகவும் உணர்ந்தான். நான்தான் இவன் கால்சட்டையைக் கழற்றி உதறி அது தேள் என்பதைக் கண்டுபிடித்தேன். கழற்றி என்பது கூடப் பொய். இவனது அரணாக்கயிறை மேலே தூக்கி விடவும் காற்சட்டை தன்னை விடுவித்துக்கொண்டு கீழே விழுந்துவிட்டது. வலியில் சுருங்கியிருந்த தினேஷின் சக்கரையை விட ரொம்பவும் சின்னத் தேளாக அது இருந்தது. ஆனாலும் அந்த இடம் சிவந்து போய்விட்டது. சுண்ணாம்பைத் தடவுங்கள் சரியாய்ப் போய்விடும் என்றுதான் பாட்டி சொன்னாள். அவளைப் போல் எங்கள் தெருவில் நாலைந்து கிழவிகள் எல்லா விபத்துக்கும் கன்சல்டிங் சொல்வார்கள். ஆனால் குழந்தைக்கு மயக்கம் வந்து கண்கள் சொருகவும்தான் எங்களுக்கு விபரீதம் புரிந்தது. சுந்தரி இவனைத் தூக்கி தோளில் போட்டுக்கொண்டு, சீக்கிரம் சைக்கிளை எடுடா மடப்பயலே என்று என்னிடமும் கோபப்பட்டுவிட்டாள். மீண்டும் டவுசரை மாட்ட அவகாசம் இல்லை. கொடியில் கிடந்த ஒரு துண்டை எடுத்து இடுப்பில் சுற்றி தூக்கிக்கொண்டு ஆஸ்பத்திரிக்கு விரைந்திருந்தோம். விஷக்கடிக்கு கவர்மெண்ட் ஆஸ்பத்திரிதான் நல்லது அங்க போங்க என்று அந்தப் பதட்டத்திலும் கருத்து சொன்னாள் பாட்டி.

மருத்துவர் பார்க்கும்போது குழந்தைக்கு அந்த இடம் நன்றாக வீங்கி விட்டிருந்தது. ஊசி போட்டு, மாத்திரை கொடுத்து இவனைக் கொண்டு வந்து கட்டிலில் கிடத்தும்போது நள்ளிரவாகியிருந்தது. நான் எத்தனை சொல்லியும் தினேஷைத் தன் மடியிலிருந்து இறக்க மறுத்துவிட்டாள் சுந்தரி. வெக்கை அதிகமாக இருந்த கோடைக்காலம் அது. பக்கத்துக் கட்டிலிலிருந்து ஒரு விசிறியைக் கடன் வாங்கி அதை வைத்து விசிறிக்கொண்டே இருந்தாள். அடிக்கடி துண்டை விலக்கி சக்கரயையும் கவனித்துக்கொள்ளத் தவறவில்லை. என் சக்கரையைக் கூட இத்தனை முறை பார்த்திருக்க மாட்டாள் என்று நான் வெகுளித்தனமாக நினைத்துக்கொண்டேன். ஆனால் அவள் என்னைப் போல் வெகுளித்தனமாக இல்லை ரொம்பவும் சீரியஸாக இருக்கிறாள் என்பது எனக்கு எப்போது தெரிந்தது என்றால், ‘உன் சக்கரையைக் கடிச்சிருந்தா கூட பரவால்ல நீ தாங்கியிப்ப,

இப்படி பச்சக் குழந்தையைப் போயி கடிச்சிருச்சே' என்று அவள் வெளிப்படையாக விசனப்பட்ட போதுதான்.

ஒரு நாள் தங்க வைத்து எதுவும் ஆபத்து இல்லை என்பது உறுதியான பிறகுதான் டிஸ்சார்ஜ் செய்ய முடியும் என்று அந்த டாக்டர் சொல்லிவிட்டார். மறுநாள் தெருவிலிருந்து நிறையப் பேர் பார்க்க வந்துவிட்டார்கள். துண்டைத் தூக்கிக் காட்டுவதும், சாமி புண்ணியம், வேற எதுவும் ஆபத்தா முடியல, அந்த மாரியாத்தாதான் எம்மவனக் காப்பாத்தி விட்ருக்கா என்று சொல்வதுமாக சுந்தரி பிஸியாக இருந்தாள். குழந்தை தெளிவாகி, வீட்டுக்குப் போகலாம்மா என்று அடம் பிடிக்கவும்தான், இனி ஒன்றும் ஆபத்தில்லை என்று அவளுக்கு நம்பிக்கை வந்த பிறகுதான் பொருட்காட்சியைத் திரையிட்டு மூடினாள். அதன் பிறகு வந்த இரண்டு பேரிடம், குணமாயிட்டான் என்று சொன்னதோடு நிறுத்திக்கொண்டாள்.

அந்த சம்பவத்துக்குப் பிறகு இப்போதுதான் மீண்டும் ராத்தங்க வேண்டி வந்திருக்கிறது.

மீண்டும் தினேஷைத் தொட்டுப் பார்த்தேன். சூடு குறைந்திருந்தது. அயர்ந்து தூங்கிக்கொண்டிருந்தான். வலி நிவாரணி வேலை செய்கிறது போல. எனக்கு ஒரு டீ குடித்தால் தேவலை என்று இருந்தது. எதிரே உட்கார்ந்திருந்தவளும் குழந்தையின் தலையைத் தடவுவதும், போர்த்தியிருந்த துண்டைச் சரி செய்வதுமாக இருந்தாள். அவளுக்கும் போரடிக்கும்தான் பாவம்.

பையன் நல்லாத் தூங்குறான். டீ குடிக்கலாம்னு போறேன். உங்களுக்கு எதும் வாங்கிட்டு வரட்டுமா? அந்த ஃபிளாஸ்கை வேணா தாங்களேன் டீ வாங்கிட்டு வர்றேன் என்று கேட்டேன்.

இல்ல, அதுல டீ இன்னும் மிச்சம் இருக்கு. இப்போ வாங்க வேணாம். இவளும் நல்லா தூங்கிட்டிருக்கா என்று சொல்லிக்கொண்டே எழுந்து அவளும் என்னோடு சேர்ந்துகொண்டாள். டீ குடிக்கப் போகையில் துணைக்கு ஒரு ஆள் இருப்பது எனக்கும் நன்றாக இருந்தது. இந்தக் கடையை விட அந்தக் கடை டீ நல்லாருக்கும் என்று அவள்தான் சொன்னாள். மகள் இரண்டு வாரமாக ஆஸ்பத்திரியில் இருப்பதால் அவளுக்கு அது பழக்கப்பட்ட

இடமாக ஆகியிருந்தது. ஆளுக்கொரு வடையைத் தின்றுவிட்டு டீ குடித்தோம். நான் காசு கொடுத்தபோது அவள் மறுக்கவில்லை. கடைத்தெரு ரொம்பவும் பிஸியாக இருந்தது. ஆட்கள் வேக வேகமாக எங்கோ ஓடிக்கொண்டிருந்தார்கள். நானும் இதே வழியாகத்தான் தினமும் வேலைக்குப் போகிறேன். எப்போதும் இல்லாதது போல இப்போது எனக்கு ஆசுவாசமாக இருந்தது. அவளுக்கும் அப்படித்தான் இருப்பதாக என்னிடம் சொன்னாள்.

அவளது பெண்ணும் ஆறாவதுதான் படிக்கிறாளாம். அவளுடையது சிசேரியன் பிரசவமாம். அப்போது வந்து ஆஸ்பத்திரியில் நான்கு நாட்கள் இருந்ததுதானாம். அதற்குப் பிறகு இப்போதுதான் வந்திருக்கிறாளாம். ஆஸ்பத்திரி என்றாலே அவளுக்கு அலர்ஜியாம். எல்லோரும் இங்கு நோயைப் பற்றியே பேசிக்கொண்டிருப்பதால் அவர்களிடம் வாயைக் கொடுக்கவே பயமாக இருக்கிறதாம். அதனால்தான் ஒரு மூலையில் ஒடுங்கி உட்கார்ந்துகொள்கிறாளாம். பேசிக்கொண்டே நடக்கத் தொடங்கினோம். எனக்கும் ஆஸ்பத்திரி என்றால் அலர்ஜிதான் என்று நான் சொன்னேன். அந்தத் தேள் கடி சம்பவத்தைச் சொன்னபோது அவளுக்கு சிரிப்புப் பொத்துக்கொண்டு வந்துவிட்டது. வெட்கப்பட்டாலும் அவளுக்குச் சிரிப்பைக் கட்டுப்படுத்த முடியவில்லை. எனக்கும் அதை நினைக்கையில் சிரிப்பாகத்தான் இருந்தது. பேசிக்கொண்டிருந்ததில் நேரம் போனதே தெரியவில்லை. நாங்கள் இருவரும் தோளோடு தோள் உரச அன்னியோன்யமாக வார்டுக்குள் மீண்டும் நுழையும்போது, தினேஷைச் சுற்றி கூட்டமாக இருந்தது. தூக்கத்திலிருந்து விழித்தவனுக்கு, தாம் ஆஸ்பத்திரியில் இருக்கிறோம் என்பது மறந்துபோய் வீறிட்டு அழுதிருக்கிறான். பக்கத்து பெட்டில் இருந்தவர்கள் எழுந்து போய் அவனை ஆற்றுப்படுத்தியிருக்கிறார்கள். அப்போதுதான் சுந்தரி வந்து சேர்ந்திருக்கிறாள். எல்லோரும் சுற்றி நின்று கொண்டிருக்க, கட்டிலில் உட்கார்ந்திருந்த சுந்தரியின் கண்கள் அந்தச் சின்ன இடைவெளியின் வழியாக என்னைச் சந்தித்தன. அவை நெருப்பைப் போல தகித்துக்கொண்டிருந்தன. எதிர் பெட் அம்மணி பொங்கி வரும் சிரிப்பை அடக்க முடியாமல் இன்னும் சிரித்துக்கொண்டிருந்தாள்.